മനുഷ്യമസ്തിഷ്കം
അത്ഭുതങ്ങളുടെ കലവറ

manushyamasthishkam
athbuthangalude kalavara

•

dr. b ekbal

•

first edition
september 2017

•

typesetting & published
chintha publishers, thiruvananthapuram

•

cover
midas

വിതരണം

ദേശാഭിമാനി ബുക്ക് ഹൗസ്

H O തിരുവനന്തപുരം-695 035
phone: 0471-2303026, 6063026
www.chinthapublishers.com
chinthapublishers@gmail.com

ബ്രാഞ്ചുകൾ

ഹെഡ്ഡാഫീസ് ബ്രാഞ്ച് കുന്നുകുഴി • സ്റ്റാച്യു തിരുവനന്തപുരം • കെ എസ് ആർ ടി സി ബസ് സ്റ്റേഷൻ ആലപ്പുഴ • കെ എസ് ആർ ടി സി ബസ് സ്റ്റേഷൻ എറണാകുളം • മച്ചിങ്ങൽ ലെയ്ൻ തൃശൂർ • ഐ ജി റോഡ് കോഴിക്കോട് • മാവൂർ റോഡ് കോഴിക്കോട് • എൻ ജി ഒ യൂണിയൻ ബിൽഡിങ് കണ്ണൂർ • സെൻട്രൽ ബസ് ടെർമിനൽ കോംപ്ലക്സ് താവക്കര കണ്ണൂർ

CO - 2573 / 4421
ISBN - 978-93-86637-43-7

മനുഷ്യമസ്തിഷ്കം
അത്ഭുതങ്ങളുടെ കലവറ

ഡോ. ബി ഇക്ബാൽ

ചിന്ത പബ്ലിഷേഴ്സ്
തിരുവനന്തപുരം-695 035

ഡോ. ബി ഇക്ബാൽ

1947 ൽ ചങ്ങനാശേരിയിൽ ജനനം

തിരുവനന്തപുരം, കോട്ടയം, കോഴിക്കോട് മെഡിക്കൽ കോളേജുകളിൽ ന്യൂറോസർജനായി സേവനം അനുഷ്ഠിച്ചു. കേരള ശാസ്ത്രസാഹിത്യപരിഷത്ത് പ്രസിഡന്റ്, കേരളസർവകലാശാല വൈസ്ചാൻസലർ, സംസ്ഥാന ആസൂത്രണ ബോർഡ് അംഗം, നാഷണൽ ഇൻസ്റ്റിറ്റ്യൂട്ട് ഓഫ് സ്പീച്ച് ആന്റ് ഹീയറിംഗിന്റെ പ്രോജക്ട്ബോർഡ് ചെയർമാൻ എന്നീ ചുമതലകൾ വഹിച്ചു.

ഇപ്പോൾ അക്കാദമി ഓഫ് മെഡിക്കൽ സയൻസസ്, പരിയാരം ചെയർമാൻ, ശാസ്ത്രസാഹിത്യ പരിഷത്ത് ഓൺ ലൈൻ ജേർണൽ ലൂക്കയുടെ എഡിറ്റർ, അഖിലേന്ത്യാ ജനകീയാരോഗ്യ പ്രസ്ഥാനം (ജനസ്വാസ്ഥ്യ അഭിയാൻ) കൺവീനർ, സ്വതന്ത്ര വിജ്ഞാനജനാധിപത്യസഖ്യം പ്രസിഡണ്ട്, വിക്കി മീഡിയ ഇന്ത്യയുടെ എക്സിക്യൂട്ടിവ് സമിതി അംഗം എന്നീ ചുമതലകൾ വഹിക്കുന്നു.

നിരവധി ഗ്രന്ഥങ്ങളുടെയും ലേഖനങ്ങളുടെയും കർത്താവ്.

ശാസ്ത്രസാഹിത്യ പരിഷത്ത് പ്രസിദ്ധീകരിച്ച *ഇന്ത്യൻ ഔഷധമേഖല : ഇന്നലെ, ഇന്ന്* (2013) എന്ന പുസ്തകത്തിന് വൈജ്ഞാനികഗ്രന്ഥത്തിനുള്ള 2015ലെ എം പി കുമാരൻ സാഹിത്യപുരസ്കാരം ലഭിച്ചു.

ഭാര്യ : ഡോ. എ മെഹറുന്നിസ
മക്കൾ : അമൽ, അപർണ

മേൽവിലാസം : കുഴുവേലിൽ വീട്,
ആർപ്പൂക്കര കിഴക്ക്, കോട്ടയം - 686008
ഫോൺ : 0481-2598305, മൊബൈൽ : 9447060912
ഇമെയിൽ : ekbalb@gmail.com

ഉള്ളടക്കം

പ്രസാധകക്കുറിപ്പ്

ജീവപ്രപഞ്ചത്തിലെ അത്ഭുതകരമായ പ്രതിഭാസമാണ് മനുഷ്യമസ്തിഷ്കം. ഏറ്റവും ആധുനികമായ കമ്പ്യൂട്ടറുകളെപ്പോലും അതിശയിപ്പിക്കുന്ന തരത്തിലാണ് മനുഷ്യന്റെ മസ്തിഷ്കം പ്രവർത്തിച്ചുകൊണ്ടിരിക്കുന്നത്.

നമ്മുടെ തലച്ചോറിന്റെ പ്രവർത്തനങ്ങളെക്കുറിച്ചും ഘടനയെക്കുറിച്ചും ശാസ്ത്രീയമായി മനസ്സിലാക്കാൻ ഈ പുസ്തകം സഹായകരമാവും. വിദ്യാർത്ഥികൾക്കും അദ്ധ്യാപകർക്കും ഗവേഷകർക്കും ഒഴിച്ചുകൂടാനാവാത്ത ഈ പുസ്തകം അഭിമാനത്തോടെ ചിന്ത പ്രസിദ്ധീകരിക്കുകയാണ്. പുസ്തകത്തിന്റെ രചയിതാവ് ഡോ. ബി ഇക്ബാലിനോട് ഞങ്ങൾ കടപ്പെട്ടിരിക്കുന്നു.

ചിന്ത പബ്ലിഷേഴ്സ്

1

മസ്തിഷ്കമെന്ന വിസ്മയം

ജീവപ്രപഞ്ചത്തിലെ ഏറ്റവും അത്ഭുതകരവും നിഗൂഢാത്മകവും അമ്പരപ്പിക്കുന്നതുമായ പ്രതിഭാസമാണ് മനുഷ്യമസ്തിഷ്കമെന്ന് ഒട്ടും അതിശയോക്തി കൂടാതെ പറയാൻ കഴിയും. ഭൂമുഖത്തുള്ള ജീവികളിലെ അവയവങ്ങളിൽ മനുഷ്യമസ്തിഷ്കമാണ് ഏറ്റവും സങ്കീർണ്ണമായത്. മനുഷ്യശരീരത്തിനുള്ളിൽ നിന്നും ചുറ്റുപാടുകളിൽ നിന്നും വിവരങ്ങൾ ശേഖരിച്ച് വിശകലനം ചെയ്ത് മനുഷ്യാവയവങ്ങളെ നിയന്ത്രിച്ച് മനുഷ്യരാശിയുടെ അതിജീവനം സാധ്യമാക്കുന്നത് മസ്തിഷ്കമാണ്. മനുഷ്യപരിണാമത്തിന് ലക്ഷക്കണക്കിന് വർഷങ്ങളുടെ ചരിത്രമുണ്ട്. നിരന്തരമായ പരിണാമത്തിലൂടെ വികാസം പ്രാപിച്ച മസ്തിഷ്കത്തിന്റെ സഹായത്തോടെയാണ് ഭൂഗോളം കീഴടക്കാനും മറ്റു ജീവജാലങ്ങളുടെ മേൽ അധീശത്വം സ്ഥാപിക്കാനും മനുഷ്യവംശത്തിന് കഴിഞ്ഞത്. മറ്റൊരു ജീവിക്കുമില്ലാത്ത തലച്ചോറിലൂടെ ലഭ്യമായ വിശേഷബുദ്ധിയാണ് മനുഷ്യനെ അജയ്യനാക്കി മാറ്റിയത്.

ഏറ്റവും ആധുനികമായ കമ്പ്യൂട്ടറുകളെപ്പോലും അതിശയിപ്പിക്കുന്ന തരത്തിലാണ് മസ്തിഷ്കം ഓരോ നിമിഷവും പ്രവർത്തിച്ചുകൊണ്ടിരിക്കുന്നത്. മനുഷ്യശരീരത്തിലെ പ്രവർത്തനങ്ങളെയെല്ലാം ഏകോപിപ്പിക്കുകയും വിവിധ കോശസമുച്ചയങ്ങൾക്ക് പ്രവർത്തനത്തിനുള്ള മാർഗനിർദ്ദേശങ്ങൾ നൽകുകയും ചെയ്യുന്നത് തലച്ചോറാണ്. പേശികളുടെയും ഗ്രന്ഥികളുടെയും സംവേദനവ്യൂഹങ്ങളുടെയും പ്രവർത്തനങ്ങളെ നിരീക്ഷിക്കുകയും ക്രമപ്പെടുത്തുകയും ചെയ്യുന്നതിലൂടെ മസ്തിഷ്കം മനുഷ്യശരീരത്തെ മൊത്തം നിയന്ത്രണവിധേയമാക്കുന്നു. മനുഷ്യനെ മനുഷ്യനാക്കിയ ബുദ്ധിശക്തിയുടെയും സൃഷ്ടിപരത

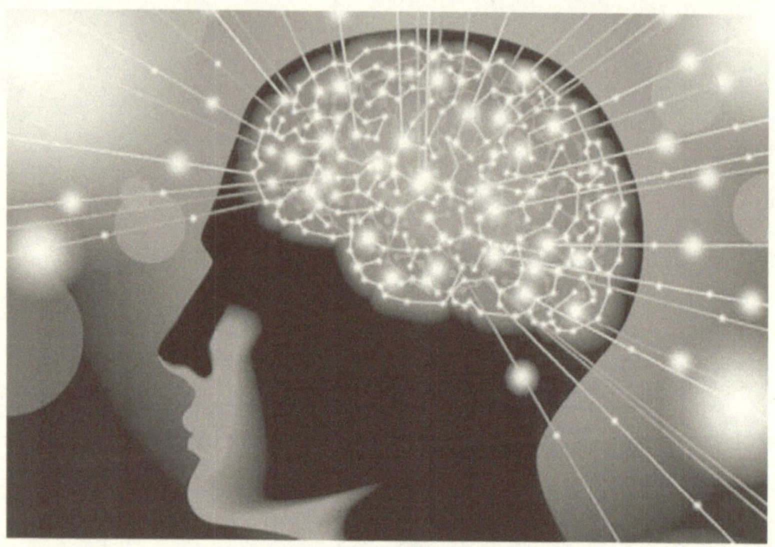

യുടെയും സർഗാത്മകതയുടെയും വികാരങ്ങളുടെയും ഓർമകളുടെയുമെല്ലാം ഉറവിടവും കേന്ദ്രവും മസ്തിഷ്കം തന്നെ.

പ്രായപൂർത്തിയെത്തിയ ഒരു മനുഷ്യന്റെ മസ്തിഷ്കത്തിന് ശരാശരി തൂക്കം 1300 മുതൽ 1400 ഗ്രാം വരെയാണ്. വ്യാപ്തി സ്ത്രീകളിൽ 1130 ക്യൂബിക്ക് സെന്റീമീറ്ററും പുരുഷന്മാരിൽ 1260 ക്യൂബിക്ക് സെന്റീമീറ്ററും ഉണ്ടാകും. മസ്തിഷ്കത്തെ തലച്ചോറ് എന്ന് വിളിക്കുന്നതിൽ ന്യായീകരണമുണ്ട്. നന്നായി വെന്ത ചോറിന്റെ ഉരുളപോലെ മൃദുവായും ജെല്ലിപോലെയുമാണ് മസ്തിഷ്കത്തിന്റെ സ്ഥിതി. മനുഷ്യമസ്തിഷ്കത്തിന്റെ, തലച്ചോറിന്റെ, വലുപ്പവും ബുദ്ധിയും തമ്മിൽ ബന്ധമുണ്ടാവണമെന്നില്ല. ആനയുടെ മസ്തിഷ്കം മനുഷ്യന്റേതിനേക്കാൾ നാലിരട്ടി വലുതാണ്. ശരീര-മസ്തിഷ്ക അനുപാതമെടുത്താലും മനുഷ്യൻ ചിലതരം കുരങ്ങുകളുടെ പിന്നിലാണ്. ചില കുരങ്ങുകളിൽ ശരീര-മസ്തിഷക അനുപാതം 20:1 എന്നാണെങ്കിൽ മനുഷ്യനിൽ 50:1 മാത്രമാണ്. എന്നാൽ മനുഷ്യരിൽ ഫ്രോണ്ടൽ ദളത്തിന്റെ മുൻഭാഗം (Pre-Frontal Cortex) മൃഗങ്ങളെക്കാൾ വലുതാണ്. മനുഷ്യരുടെ ബോധനിലയും വ്യക്തിത്വവും സങ്കീർണമായ പ്രവർത്തനങ്ങൾ ആസൂത്രണം ചെയ്യാനുള്ള കഴിവും തലച്ചോറിന്റെ ഈ ഭാഗത്താണ് കേന്ദ്രീകരിച്ചിട്ടുള്ളതെന്ന് കരുതപ്പെടുന്നു. ഭാഷ, യുക്തിചിന്ത, അവബോധം, സൃഷ്ടിപരത തുടങ്ങിയ മാനുഷികഗുണങ്ങൾക്ക് കാരണമായ ന്യൂറൽശൃംഖലകളുടെ സാന്നിധ്യവും പുതിയ ന്യൂറൽ ശൃംഖലകൾ രൂപീകരിക്കാനുള്ള ജനിതകഘടനയും മനുഷ്യരുടെ തലച്ചോറിനെ മൃഗങ്ങളുടേതിൽനിന്നും വ്യത്യസ്തമാക്കുന്നു.

ശരീരഭാരത്തിന്റെ 2% മാത്രമേ തലച്ചോറിനുള്ളുവെങ്കിലും മൊത്തം ഓക്സിജന്റെ 20% തലച്ചോറ് ഉപയോഗിക്കുന്നു. വളരെ താഴ്ന്ന ഊഷ്മാവിൽ തലച്ചോറ് വളരെ സമയം ഓക്സിജൻ ഇല്ലാതെ അതിജീവിക്കും. ഈ ഗുണം പ്രയോജനപ്പെടുത്തിയാണ് പരിക്ക് പറ്റുമ്പോഴും മറ്റും ശരീരത്തെ തണുപ്പിച്ച് തലച്ചോറിനെ സംരക്ഷിക്കാൻ ശ്രമിക്കുന്നത്.

മസ്തിഷ്കത്തിന്റെ ഏറ്റവും പ്രാഥമികവും ലളിതവുമായ ചുമതല മനുഷ്യശരീരത്തിലെ വിവിധ പേശികളുടെ ചലനത്തെ നിയന്ത്രിക്കുക എന്നതാണ്. കൈകാലുകളിലുള്ള പേശികളുടെ സങ്കോചവികാസത്തിലൂടെ ശരീരചലനം നിയന്ത്രിക്കുന്നത് മസ്തിഷ്കമാണ്. അതുകൊണ്ടാണ് മസ്തിഷ്കരോഗങ്ങളുടെ പ്രധാന ലക്ഷണമായി ചലനരാഹിത്യവും സന്നിപോലുള്ള ചലനവൈകല്യവും പ്രത്യക്ഷപ്പെടുന്നത്. ചയാപചയപ്രക്രിയയെയും ദഹനത്തെയും സഹായിക്കുന്ന വിധം ആമാശയത്തിന്റെയും കുടലിന്റെയും പേശികളെ ചലിപ്പിക്കുന്നതും ഗ്രന്ഥികളുടെ ഹോർമോണുകളെ ആവശ്യാനുസരണം സ്രവിപ്പിക്കുന്നതും നിരീക്ഷിക്കുന്നതും മസ്തിഷ്കമാണ്. പേശികളിൽ നിന്നും ഗ്രന്ഥികളിൽ നിന്നും മസ്തിഷ്കത്തിന് സന്ദേശങ്ങൾ എത്തിക്കുന്നത് സംവേദനവ്യൂഹമാണ്. സംവേദനാവയവങ്ങൾ വഴിയാണ് ചുറ്റുപാടുകളിൽ നിന്നും ആന്തരികാവയവങ്ങളിൽ നിന്നും മസ്തിഷ്കത്തിന് സന്ദേശം ലഭിക്കുന്നത്. ത്വക്ക്, കണ്ണ്, ചെവി, മൂക്ക്, നാക്ക് തുടങ്ങിയവയാണ് ചുറ്റുപാടുകളിൽ നിന്നും സന്ദേശം സ്വീകരിക്കുന്നതിനുള്ള സംവേദനാവയവങ്ങൾ. സ്വതന്ത്രനാഡീവ്യൂഹത്തിലൂടെയാണ് ശരീരത്തിനുള്ളിൽ നിന്നുള്ള വിവരങ്ങൾ ലഭിക്കുന്നത്.

മനുഷ്യമസ്തിഷ്കത്തിന്റെ വികാസം പൂർണതയിലെത്തിയെന്നും ഇനി കൂടുതൽ പരിണാമത്തിനു സാധ്യതയില്ലെന്നും ചില ശാസ്ത്രജ്ഞർ അഭിപ്രായപ്പെടുന്നുണ്ട്. മസ്തിഷ്കത്തിന്റെ വിവിധഭാഗങ്ങൾ തമ്മിലുള്ള നെറ്റ്വർക്കുകൾ ഏറ്റവും ഉന്നതമായ തലത്തിലെത്തിയിരിക്കുന്നതായി പല മസ്തിഷ്കശാസ്ത്രജ്ഞരും നിരീക്ഷിക്കുന്നു. മസ്തിഷകത്തിന്റെ ഇനിയുള്ള വികാസത്തിന് കൂടുതൽ ഊർജവും ഓക്സിജനും ആവശ്യമാണ്. എന്നാൽ ഇനിയും ഊർജം നൽകാൻ നമ്മുടെ ശരീരത്തിന് കഴിവില്ലെന്ന് ചില ഗവേഷകർ ചൂണ്ടിക്കാണിക്കുന്നു. തലച്ചോറിന് കൂടുതൽ ഊർജം പ്രദാനം ചെയ്യുന്ന രീതിയിലല്ല നമ്മുടെ ശരീരം സംവിധാനം ചെയ്യപ്പെട്ടിട്ടുള്ളത്. അതുകൊണ്ടുതന്നെ ബുദ്ധിവികാസത്തിന് ചില പരിമിതികളുണ്ട്.

ശരീരത്തിലെ മറ്റവയവങ്ങളുമായി തട്ടിച്ച് നോക്കിയാൽ തലച്ചോറിനെ സംബന്ധിച്ച് മനസ്സിലാക്കാനും പഠിക്കാനുമുള്ള ശ്രമം ആരംഭിച്ചത് വളരെ വൈകിയാണ്. നരഭോജനത്തിന്റെയും ചില പ്രാകൃതാനുഷ്ഠാനങ്ങളുടെയും ഭാഗമായി വയറും നെഞ്ചും പിളർന്ന് ഹൃദയവും ശ്വാസകോശങ്ങളും കരളും വൃക്കയും ആമാശയും കുടലുകളുമെല്ലാം പുറ

ത്തെടുത്തിരുന്നതിനാൽ ഈ അവയവങ്ങളെല്ലാം മനുഷ്യ ദൃഷ്ടിയിൽപ്പെട്ടിരുന്നു. തലയോടിനുള്ളിൽ സുരക്ഷിതമായി സ്ഥിതിചെയ്യുന്ന തലച്ചോറ് ആരുടെയും ശ്രദ്ധയിൽപെടാതെ പോയതിൽ അത്ഭുതപ്പെടാനില്ല. ശ്വാസകോശത്തിന്റെയും ഹൃദയത്തിന്റെയും ചലനം നിൽക്കുമ്പോഴാണ് മരണം സംഭവിക്കുന്നതെന്ന് മനുഷ്യരുടെ ശ്രദ്ധയിൽപ്പെട്ടിരുന്നു. രക്തം ജീവൻ നിലനിർത്താൻ ആവശ്യമാണെന്ന് മനസ്സിലാക്കിയതിലും അത്ഭുതപ്പെടാനില്ല. ഏറ്റവും വലിയ അവയവമായ കരളിനും വലിയ പ്രാധാന്യം നൽകി. വിവിധ അവയവങ്ങളെ സംബന്ധിച്ച് മുൻകാലങ്ങളിലുണ്ടായിരുന്ന ധാരണകളുടെ അടിസ്ഥാനത്തിൽ പല വിശേഷണങ്ങളും മനുഷ്യർ അവയ്ക്ക് നൽകി. മനുഷ്യ ശരീരത്തിലെ ഏറ്റവും പ്രധാനപ്പെട്ട അവയവവും ജീവന്റെയും മനസ്സിന്റെയും വികാരങ്ങളുടെയും കേന്ദ്രവും ഹൃദയമാണെന്ന് കരുതിയിരുന്നു. ഹൃദയഭേദകം, ഹൃദയപൂർവം, ഹൃദയംഗമം, ഹൃദയശൂന്യത, ഹൃദയസ്പർശി, ഹൃദയകാഠിന്യം, ഹൃദയസ്പൃക്ക്, വ്രണിതഹൃദയംതുടങ്ങി ഹൃദയവുമായി ബന്ധപ്പെടുത്തി നിരവധി പ്രയോഗങ്ങൾ നിലവിൽ വന്നതങ്ങനെയാണ്. ചില സംസ്കാരങ്ങളിൽ കരളാണ് വികാരങ്ങളുടെ ഇരിപ്പിടം എന്നാണ് കരുതിയിരുന്നത്. വിദ്വേഷത്തിന്റെയും വെറുപ്പിന്റെയും ഉറവിടം പ്ലീഹ (Spleen)യാണെന്നും കരുതപ്പെട്ടു.

മനുഷ്യന്റെ ശ്രദ്ധയിൽ പെട്ടപ്പോഴും ആദ്യമൊക്കെ മസ്തിഷ്കത്തിന് വലിയ പ്രാധാന്യം നൽകിയിരുന്നില്ല. അരിസ്റ്റോട്ടിൽ (Aristotle : 384-322 ബി.സി) രക്തം തണുപ്പിക്കുന്ന മനുഷ്യശരീരത്തിലെ ഒരുതരം എയർ കണ്ടീഷണറായി മാത്രമാണ് തലച്ചോറിനെ കണ്ടത്. ഹൃദയത്തിനാണ് അരിസ്റ്റോട്ടിൽ പ്രാധാന്യം നൽകിയത്. ദ്രവ്യകണസിദ്ധാന്തം (Atomic Theory of Matter) ആവിഷ്കരിച്ച റെനെ ദക്കാർത്തെ (Rene Descartes : 1596-1650) ആത്മാവിന് മൂന്നു ഘടകങ്ങളുണ്ടെന്ന് വാദിച്ചു. ബുദ്ധി തലയിലും വികാരം ഹൃദയത്തിലും ആസക്തി കരളിലുമാണ് ഉറവെടുക്കുന്നതെന്നായിരുന്നു ദക്കാർത്തെയുടെ വിശദീകരണം. ആധുനികവൈദ്യശാസ്ത്രത്തിന്റെ പിതാവായ ഹിപ്പോക്രാറ്റസും (Hippocrates: 450-370 ബി.സി) ഗാലനും (Galen of Pergamon: 129-210) മസ്തിഷ്കമാണ് വികാരവിചാരങ്ങൾക്കും മറ്റ് ശാരീരികപ്രവ ർത്തനങ്ങൾക്കും അടിസ്ഥാനമെന്ന് കരുതി. ഗാലൻ, ശാഖോപശാഖകളായി ശരീരം മുഴുവൻ വ്യാപിച്ച് കിടക്കുന്ന നാഡികളിലൂടെ ശരീരപേശികൾ തലച്ചോറുമായി ബന്ധിപ്പിക്കപ്പെട്ടിരിക്കുകയാണെന്ന് സിദ്ധാന്തിച്ചു. നാഡികൾ പേശികളെ ചലിപ്പിക്കുന്നത് നിഗൂഢമായ ജീവചൈതന്യ (Animal Spirit)ത്തിലൂടെയാണെന്നും ഗാലൻ അഭിപ്രായപ്പെട്ടു.

വർഷങ്ങൾക്കുശേഷം വിദ്യുച്ഛക്തി നാഡിയിലേക്ക് പ്രവഹിപ്പിച്ചാൽ നാഡിയുമായി ബന്ധമുള്ള പേശികൾ സങ്കോചിക്കുമെന്ന് പരീക്ഷണങ്ങളിലൂടെ ഇറ്റാലിയൻ ശാസ്ത്രജ്ഞനും തത്വചിന്തകനുമായ ലൂയീജി

ഗാൽവാനി (Luigi Galvani : 1737-1798) കണ്ടെത്തിയതോടെയാണ് ആധുനിക ശാസ്തീയസമീപനങ്ങളുടെ അടിസ്ഥാനത്തിലുള്ള മസ്തിഷകപഠനത്തിന് തുടക്കം കുറിക്കപ്പെട്ടത്.

പതിനെട്ടാം നൂറ്റാണ്ടിൽ പ്രയോഗത്തിൽ വന്നുതുടങ്ങിയ വൈദ്യുത ഉപകരണങ്ങളുടെ ഘടനയുമായി താരതമ്യപ്പെടുത്തിയാണ് ശരീരത്തിൽ വ്യാപിച്ചുകിടക്കുന്ന നാഡീവ്യൂഹത്തിലൂടെ മനുഷ്യശരീരത്തെയാകെ നിയന്ത്രിക്കുന്ന അവയവമാണ് തലച്ചോറ് എന്ന ധാരണ വികസിച്ചുവന്നത്.

ലുയീജി ഗാൽവാനി

സൂക്ഷ്മദർശിനിയിലൂടെ മസ്തിഷ്ക കോശങ്ങളെ നിരീക്ഷിക്കാനും തിരിച്ചറിയാനും സഹായിക്കുന്ന വർണാങ്കം (Stain) മറ്റൊരു ഇറ്റാലിയൻ ശാസ്ത്രജ്ഞനായ കമില്ലൊ ഗോൾജി (Camillo Golgi: 1843-1926) കണ്ടെത്തിയത് മസ്തിഷ്കപഠനത്തെ കൂടുതൽ ഉയരങ്ങളിലേക്ക് നയിച്ചു. സ്പാനിഷ് പാത്തോളജിസ്റ്റായ സാൻഷിയാഗോ റമൻ കഹാൽ (Santiago Ramon Cajal:1852 -1934) ഗോൾജി ആവിഷ്കരിച്ച പഠനരീതി പ്രയോജനപ്പെടുത്തി മസ്തിഷ്കകോശങ്ങളെപ്പറ്റി കൂടുതൽ വിവരങ്ങൾ ശേഖരിച്ച് രേഖപ്പെടുത്തി. 1963ലെ വൈദ്യശാസ്ത്ര നോബൽസമ്മാന ജേതാക്കളായ ബ്രിട്ടീഷ് ശാസ്ത്രജ്ഞർ അലൻ ഹൊഡ്ജ്കിൻ (Alan Lloyd Hodgkin: 1914-1998), ആൻഡ്രൂ ഹക്സിലി (Andrew Huxley: 1917-2012) എന്നിവരും ജർമൻ ശാസ്ത്രജ്ഞനായ ബെർനാർഡ് കാറ്റ്സും (Bernard Ktaz,: 1911-2003) മസ്തിഷ്കവൈദ്യുതതരംഗങ്ങളെപ്പറ്റി ഇരുപതാം നൂറ്റാണ്ടിന്റെ ആദ്യവർഷങ്ങളിൽ പഠനങ്ങൾ നടത്തുകയും ജൈവഭൗതിക (Biophysics) പരമായ മസ്തിഷ്കപ്രവർത്തനങ്ങളിലേക്ക് കൂടുതൽ വെളിച്ചം വീശുകയും ചെയ്തു. മസ്തിഷ്കപഠനത്തിൽ ഇരുപതാം നൂറ്റാണ്ടിന്റെ രണ്ടാം പകുതിയിലുണ്ടായ വമ്പിച്ച പുരോഗതി കണക്കിലെടുത്ത് 1990കളെ മസ്തിഷ്കത്തിന്റെ ദശാബ്ദമായി (Decade of the Brain) അമേരിക്കൻ ശാസ്ത്രസമൂഹം ആചരിക്കുകയുണ്ടായി. ഇരുപത്തൊന്നാം നൂറ്റാണ്ടിൽ ജനിതകത്തിലും (Genetics) നാഡീവ്യൂഹപ്രതിച്ഛായാസാങ്കേതികവിദ്യ (Neuro Imaging Technology) കളിലുമുണ്ടായ വമ്പിച്ച വളർച്ച മസ്തിഷ്കത്തിന്റെ സങ്കീർണമായ പ്രവർത്തനങ്ങളിലേക്ക് കൂടുതൽ വെളിച്ചം വീശുന്ന നിരവധി പഠനങ്ങളിലേക്കും ഗവേഷണങ്ങളിലേക്കും നയിച്ചു.

മസ്തിഷ്കവും നാഡീവ്യൂഹവുമായി ബന്ധപ്പെട്ട നിരവധി അന്തർ

കമില്ലൊ ഗോൾജി

വൈജ്ഞാനിക-ബഹുവൈജ്ഞാനികശാസ്ത്രശാഖകളും വികസിച്ച് വന്നിട്ടുണ്ട്. ന്യൂറോകെമിസ്ട്രി (Neuro chemistry), കമ്പ്യൂട്ടേഷണൽ ന്യൂറോസയൻസ് (Computational Neuroscience), പാലിയോ ന്യൂറോ സയൻസ് (Paleo Neuroscience), ന്യൂറോ ഫിസിക്സ് (Neuro Physics), മോളിക്കുലാർ ന്യൂറോ ബയോളജി Molecular Neurobiology), സെല്ലുലാർ ന്യൂറോ ബയോളജി (Cellular Neurobiology), കൊഗ്നിറ്റീവ് സയൻസ് (Cognitive Science) എന്നിങ്ങനെ നിരവധി നാഡീവ്യൂഹ ശാസ്ത്രശാഖകൾ നിലവിൽ വന്നിട്ടുണ്ട്. സാമൂഹികജീവിയെന്ന നിലയിൽ മനുഷ്യരുടെ തീരുമാനങ്ങളെയും ധാരണകളെയും നിർണയിക്കുന്ന മസ്തിഷ്കഘടകങ്ങൾ അനാവരണം ചെയ്യാനാണ് ന്യൂറോ എക്കണോമിക്സ് (Neuroeconomics) എന്ന ബഹുവിജ്ഞാന ശാഖയിലെ ഗവേഷകർ ശ്രമിക്കുന്നത്.

മസ്തിഷ്കത്തിന്റെ പ്രവർത്തനങ്ങളെപ്പറ്റി പഠിക്കുന്നതിനുള്ള ഗവേഷണസ്ഥാപനങ്ങൾ നിരവധി രാജ്യങ്ങളിൽ പ്രവർത്തിക്കുന്നുണ്ട്. അമേരിക്കയിൽ ലോസ് ആഞ്ചലസിലെ കാലിഫോർണിയ സർവകലാശാലയിലും മസാച്ചുസെറ്റ്സ് ഇൻസ്റ്റിറ്റ്യൂട്ട് ഓഫ് ടെക്നോളജിയിലും ആസ്ത്രേലിയയിൽ മെൽബണിലും ന്യൂസിലാന്റിലെ ഓക്‌ലന്റിലും, ജെറുസലേമിലെ ഹീബ്രു സർവകലാശാലയിലുമുള്ള ബ്രെയിൻ റിസർച്ച് ഇൻസ്റ്റിറ്റ്യൂട്ടുകളും, റോമിലുള്ള യൂറോപ്യൻ ബ്രെയിൻ റിസർച്ച് ഇൻസ്റ്റിറ്റ്യൂട്ടുമാണ് ഇവയിൽ പ്രധാനം. ന്യൂറോസയൻസ്മേഖലയിൽ പ്രവർത്തിക്കുന്ന 80 സംഘടനകളും സ്ഥാപനങ്ങളും ചേർന്ന് രൂപീകരിച്ചിട്ടുള്ളതും പാരീസ് കേന്ദ്രമായി 1961 മുതൽ പ്രവർത്തിക്കുന്നതുമായ ഇന്റർനാഷനൽ ബ്രെയിൻ റിസർച്ച് ഓർഗനൈസേഷനും 1968ൽ രൂപീകരിച്ച നെതർലാന്റ്സിലെ യൂറോപ്യൻ ബ്രെയിൻ ആന്റ് ബിഹെവിയർ സൊസൈറ്റിയും മസ്തിഷ്കവുമായി ബന്ധപ്പെട്ട മേഖലകളിൽ ഗവേഷണം ന

കഹാൽ

നാഷണൽ ബ്രെയിൻ റിസർച്ച് സെന്റർ

ടത്തുന്ന സാർവദേശീയ പ്രസ്ഥാനങ്ങളാണ്. ഹരിയാനയിലെ മനെസാറിലുള്ള നാഷണൽ ബ്രെയിൻ റിസർച്ച് സെന്ററാണ് (എൻ ബി ആർ സി) ഇന്ത്യയിൽ മസ്തിഷ്കഗവേഷണം നടക്കുന്ന പ്രധാന കേന്ദ്രം. 1997ൽ ആരംഭിച്ച എൻ ബി ആർ സിയുടെ പ്രസിഡണ്ട് പ്രസിദ്ധ ന്യൂറോസർജനായ പി എൻ ടാൻഡനാണ്. 2002ൽ എൻ ബി ആർ സിയെ കല്പിതസർവകലാശാലയായി യുജിസി പ്രഖ്യാപിക്കുകയുണ്ടായി. ദൽഹിയിലെ ഓൾ ഇന്ത്യ ഇൻസ്റ്റിസ്റ്റ്യൂട്ട് ഓഫ് സയൻസസിലും മസ്തിഷ്കവുമായി ബന്ധപ്പെട്ട നിരവധി ഗവേഷണങ്ങൾ നടന്നുവരുന്നു.

മസ്തിഷ്കത്തിന്റെ ഘടനയെയും പ്രവർത്തനങ്ങളെയും പറ്റി ഒട്ടനവധി ശാസ്ത്രീയവിവരങ്ങൾ ഇപ്പോൾ ലഭ്യമാണ്. കൂടുതൽ വിവരങ്ങൾ ലഭിച്ചുകൊണ്ടിരിക്കുകയാണ്. ബുദ്ധിശക്തി, മനസ്സ്, ഓർമ, സ്വപ്നം തുടങ്ങി മസ്തിഷ്കകേന്ദ്രീകൃതമായുള്ള മനുഷ്യസിദ്ധികളെ സംബന്ധിച്ച് ധാരാളം പഠനങ്ങൾ നടന്നുവരുന്നു. എന്നാൽ മനസ്സിലാക്കും തോറും സങ്കീർണ്ണതയും പ്രവർത്തന വൈവിധ്യവും മൂലം ശാസ്ത്രകാരന്മാരെയും ഗവേഷകരെയും അന്ധാളിപ്പിച്ച് കൊണ്ട് മനുഷ്യമസ്തിഷ്കം ഒരു വിസ്മയമായി തുടരുന്നു.

2

മസ്തിഷ്കം: ഘടനയും ധർമങ്ങളും

മനുഷ്യരിലെ നാഡീവ്യൂഹത്തെ കേന്ദ്രനാഡീവ്യൂഹം (Central Nervous System), പ്രാന്തനാഡീവ്യൂഹം (Peripheral Nervous System) എന്നിങ്ങനെ രണ്ടായി തിരിക്കാം. മസ്തിഷ്കവും (തലച്ചോറ്), സുഷുമ്നയും (Spinal Cord) ചേർന്നതാണ് കേന്ദ്രനാഡീവ്യൂഹം.

സുഷുമ്നാനാഡികളും (Spinal Nerves) മസ്തിഷ്ക നാഡികളുമാണ് (Cranial Nerves) പ്രാന്തനാഡീവ്യൂഹത്തിന്റെ ഭാഗങ്ങൾ. ശ്വസനം, ചയാപചയം, ഹൃദയമിടിപ്പ്. അന്തഃസ്രാവഗ്രന്ഥികളുടെ (Endocrine Glands) സ്രവം തുടങ്ങിയവയെ ക്രമീകരിക്കുന്ന സ്വതന്ത്രനാഡീവ്യൂഹവും (Autonomic Nervous System) പ്രാന്തനാഡീവ്യൂഹത്തിന്റെ ഭാഗമാണ്.

ശാരീരികമാനസികപ്രവർത്തനങ്ങളെ നയിക്കുക എന്ന സങ്കീർണവും ദുഷ്കരവുമായ ചുമതലയാണ് മസ്തിഷ്കമുൾപ്പടെയുള്ള നാഡീവ്യൂഹത്തിൽ നിക്ഷിപ്തമായിട്ടുള്ളത്. നാഡീവ്യൂഹം ശരീരത്തിന്റെ പ്രവർത്തനങ്ങളെ ക്രമീകരിക്കുന്നത് പേശികളും ഗ്രന്ഥികളും വഴിയാണ്. നാഡീവ്യൂഹത്തിന്റെ നിർദ്ദേശങ്ങൾ ഇവ നടപ്പിലാക്കുന്നു. അതിനാൽ ഇവയെ പ്രയോക്താക്കൾ (Effectors) എന്ന് വിളിക്കുന്നു. നാഡീവ്യൂഹത്തിന്റെ ചാലകവിഭാഗം (Motor Division) പ്രവൃത്തികൾ ചെയ്യാൻ പ്രയോക്താക്കളെ പ്രേരിപ്പിക്കുന്നു.

സെറിബ്രൽ അർധഗോളങ്ങളും (Cerebral Hemispheres) മസ്തിഷ്കദണ്ഡും (Brain Stem) സെറിബല്ലവും (Cerebellum) ചേർന്നതാണ് മസ്തിഷ്കം. അന്തഃസ്രാവിഗ്രന്ഥികളിൽ പ്രധാനപ്പെട്ട പിറ്റ്യൂട്ടറി ഗ്രന്ഥി (Pituitary Gland) മസ്തിഷ്കത്തിന്റെ അടിഭാഗത്തായി സ്ഥി

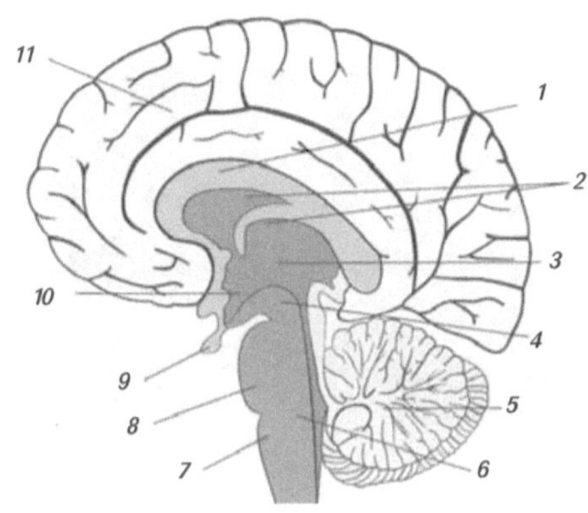

1. കോർപ്പസ് കലോസം
2. വെൻട്രിക്കിൾ
3. തലാമസ്
4. മധ്യമസ്തിഷ്കം
5. സെറിബല്ലം
6. മസ്തിഷ്കദണ്ഡ്
7. മെഡുല
8. പോൺസ്
9. പിറ്റ്യൂട്ടറി ഗ്രന്ഥി
10. ഹൈപ്പോതലാമസ്
11. സെറിബ്രം

തി ചെയ്യുന്നു. മസ്തിഷ്കദണ്ഡിന്റെ തുടർച്ചയാണ് സുഷുമ്നയും അതിൽ നിന്നും പുറപ്പെടുന്ന നാഡികളും. സുഷുമ്നയിൽ നിന്നും ശരീരത്തിന്റെ എല്ലാ ഭാഗങ്ങളിലേക്കും നാഡികൾ പ്രവഹിക്കുന്നു. സവിശേഷപ്രവർത്തനങ്ങൾക്കായി തലച്ചോറിൽ നിന്നും പന്ത്രണ്ട് നാഡികൾ നേരിട്ട് ആരംഭിക്കുന്നുണ്ട്.

സെറിബ്രൽ ഗോളങ്ങൾ, സെറിബല്ലം, മസ്തിഷ്കദണ്ഡ്, തലാമസ് (Thalamus), ഹൈപ്പോതലാമസ് (Hypothalamus) എന്നിവയാണ് മനുഷ്യമസ്തിഷ്കത്തിന്റെ ഘടനാപരമായ ഭാഗങ്ങൾ. സെറിബ്രൽഗോളങ്ങൾ ഇടതും വലതുമായി രണ്ട് അർധഗോളങ്ങളായി തിരിച്ചിരിക്കുന്നു. സെറിബല്ലവും മസ്തിഷ്കദണ്ഡും സെറിബ്രൽ ഗോളങ്ങളുടെ തുടർച്ചയായും തലാമസും ഹൈപ്പോതലാമസും ഉൾഭാഗത്തായുമാണ് സ്ഥിതി ചെയ്യുന്നത്. സെറിബ്രൽ ഗോളങ്ങളാണ് പരിണാമപരമായി അവസാനമായി രൂപപ്പെട്ടവ. പരിണാമപ്രക്രിയയിൽ മനുഷ്യവംശം ആവിർഭവിക്കുകയും ബുദ്ധിപരവും മറ്റുമായ കഴിവുകൾ ആർജിച്ച് ഇതരജീവജാലങ്ങളിൽ നിന്നും മുന്നോട്ടുപോകുകയും ചെയ്തത് സെറിബ്രൽ ഗോളങ്ങളുടെ സങ്കീർണതയിലും പ്രവർത്തനക്ഷമതയിലും വൈവിധ്യത്തിലുമുള്ള വളർച്ചയുടെ ഫലമായിട്ടാണ്. മറ്റ് ജീവജാലങ്ങളിൽ പ്രധാന പങ്ക് വഹിക്കുന്നത് തലച്ചോറിന്റെ ഇതരഭാഗങ്ങളാണ്. അവയുടെമേൽ സെറിബ്രൽ ഗോളങ്ങൾക്ക് ലഭിച്ച മേധാവിത്തമാണ് മനുഷ്യരെ മറ്റ് ജീവികളിൽ നിന്നും വ്യതിരിക്തരാക്കുന്നത്. അതുകൊണ്ട് സെറിബ്രൽ ഗോളങ്ങളെ നവീനമസ്തിഷ്കം എന്നും മറ്റ് ജീവജാലങ്ങളുടെ സമാനഭാഗങ്ങളെ പുരാതന മസ്തിഷ്കമെന്നും നാമകരണം ചെയ്തിരിക്കുന്നു.

തലച്ചോറിനെ ഊർധ്വമസ്തിഷ്കമെന്നും (Upper Brain) അധോമസ്തിഷ്കമെന്നും (Lower Brain) രണ്ടായി തിരിക്കാറുണ്ട്. മസ്തിഷ്കഅർധഗോളങ്ങളായ സെറിബ്രൽ ഗോളങ്ങളാണ് ഊർധ്വമസ്തിഷ്

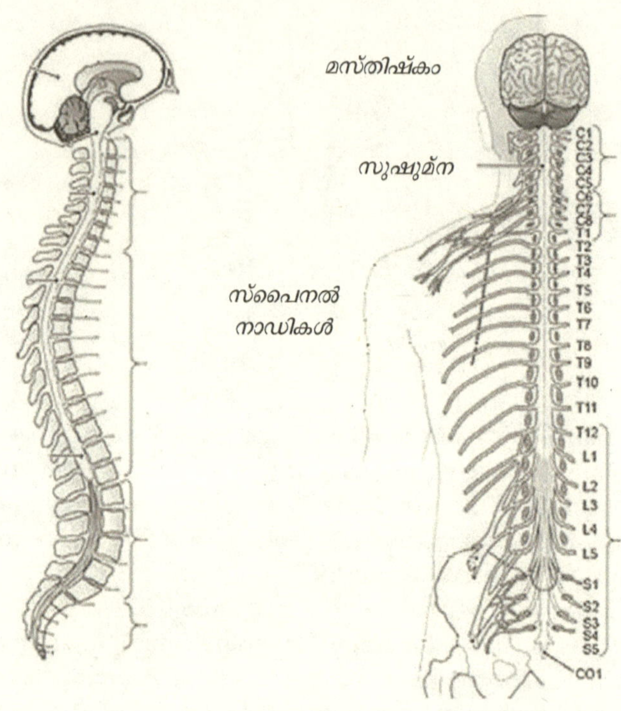

കത്തിന്റെ ഭാഗങ്ങൾ. മസ്തിഷ്കദണ്ഡും അതിന്റെ ഇരുവശങ്ങളിലുമായി സ്ഥിതി ചെയ്യുന്ന സെറിബല്ലവും ചേർന്നതാണ് അധോ മസ്തിഷ്കം. മധ്യമസ്തിഷ്കം (Midbrain), പോൺസ് (Pons), മെഡുല ഒബ്ലോംഗേറ്റ (Medulla Oblongata) എന്നിങ്ങനെ മൂന്ന് ഭാഗങ്ങൾ ചേർന്നതാണ് മസ്തിഷ്കദണ്ഡ്. അധോമസ്തിഷ്കതലമാണ് അബോധപരമായ ശാരീരികപ്രവർത്തനങ്ങൾ നിയന്ത്രിക്കുന്നത്. ശ്വാസോച്ഛ്വാസം, ഹൃദയമിടിപ്പ്, രക്തസമ്മർദ്ദം, വൈകാരികവിക്ഷോഭങ്ങൾ എന്നിവയെല്ലാം അധോമസ്തിഷ്കത്തിൽ നടക്കുന്നു. നാഡീവ്യൂഹത്തിന്റെ പ്രവർത്തനങ്ങൾ മൂന്നുതലത്തിലാണ് നടക്കുന്നത്. ഊർദ്ധ്വമസ്തിഷ്കം, അധോമസ്തിഷ്കം, സുഷുമ്നയും നാഡികളും എന്നിവയാണ് ഈ മൂന്നുതലങ്ങൾ. വിവിധ ശാരീരികപ്രവർത്തനങ്ങളുടെ വൈവിധ്യവും സവിശേഷതകളുമനുസരിച്ചാണ് ഈ വിഭജനം. ഭ്രൂണവികാസവുമായി ബന്ധപ്പെടുത്തി പരിശോധിക്കുമ്പോൾ മസ്തിഷ്കത്തെ മുൻമസ്തിഷ്കം, പിൻമസ്തിഷ്കം, മധ്യമസ്തിഷ്കം എന്ന് മൂന്നുഭാഗങ്ങളായി വിഭജിക്കാവുന്നതാണ്. സെറിബ്രൽ അർധഗോളങ്ങൾ, മണം അറിയുന്നതിനുള്ള ഓൾഫാക്ടറി ദളങ്ങൾ (Olfactory Cortex) എന്നിവ ചേർന്നതാണ് മുൻമസ്തിഷ്കം. ഭ്രൂണത്തിലെ ഏറ്റവും പിന്നിലത്തേതായ പിൻമസ്തിഷ്കം വികസിച്ചാണ് സെറി

ബല്ലവും മെഡുല ഒബ്ലോംഗേറ്റയും ഉണ്ടാവുന്നത്. ഭ്രൂണവളർച്ചയിൽ മുൻമസ്തിഷ്കത്തിന്റെയും പിൻമസ്തിഷ്കത്തിന്റെയും ഇടയിലുള്ള ഭാഗമാണ് മധ്യമസ്തിഷ്കം. കാഴ്ചയോട് ബന്ധപ്പെട്ട കേന്ദ്രങ്ങൾ ഈ ഭാഗത്താണ് സ്ഥിതി ചെയ്യുന്നത്.

സെറിബ്രൽ അർധഗോളങ്ങൾ

കോർപ്പസ് കലോസം (Corpus Callosum) എന്ന നാഡീതന്തുക്കളുടെ (Nerve fibres) സഞ്ചയമാണ് സെറിബ്രൽ അർധഗോളങ്ങളെ തമ്മിൽ ബന്ധിപ്പിക്കുന്നത്. കലോസത്തിലൂടെയാണ് അർധഗോളങ്ങളിലെ സന്ദേശങ്ങൾ അന്യോന്യം വിനിമയം ചെയ്യപ്പെടുന്നത്. ഇടത്തെ അർധഗോളം ശരീരത്തിന്റെ വലത്തെ ഭാഗത്തെയും വലത്തേത് ഇടതുഭാഗത്തെയും നിയന്ത്രിക്കുന്നു. ഒരു അർധഗോളത്തിന് തകരാറ് സംഭവിക്കുമ്പോൾ എതിർഭാഗത്തിന് തളർച്ചയുണ്ടാവുന്നു. ഈ രോഗവസ്ഥയെയാണ് പക്ഷാഘാതം (Hemiplegia, Stroke) എന്ന് വിളിക്കുന്നത്. ഓരോ അർധഗോളത്തിന്റെയും വിവിധ ഭാഗങ്ങൾക്ക് വ്യത്യസ്ത ചുമതലയാണ് നിർവഹിക്കാനുള്ളത്. പൊതുവിൽ തലച്ചോറിന്റെ ഇടതുഭാഗം സംസാരം, എഴുത്ത്, അമൂർത്ത ചിന്ത, ബുദ്ധിശക്തി എന്നിവയെയും വലതുഭാഗം സൃഷ്ടിപരത, കലാപരമായ കഴിവുകൾ, എന്നിവയെയും പ്രതിനിധാനം ചെയ്യുന്നു. ഇടത് അർധഗോളത്തിന്റെ ചിന്താരീതി അപഗ്രഥനാത്മവും യുക്തിചിന്താപരവുമാണെങ്കിൽ വലതുഭാഗത്തിന്റേത് വൈകാരികവും ഉദ്ഗ്രഥനാത്മകവുമാണ്. ഇടതുഭാഗം സാമാന്യവൽക്കരണത്തിലും വലതുഭാഗം വ്യക്തിപരമായ അനുഭവത്തിനുമാണ് ഊന്നൽ നൽകുന്നത്. സംഗീതം, കായികം, ശസ്ത്രക്രിയ തുടങ്ങിയ പല തരത്തിലു

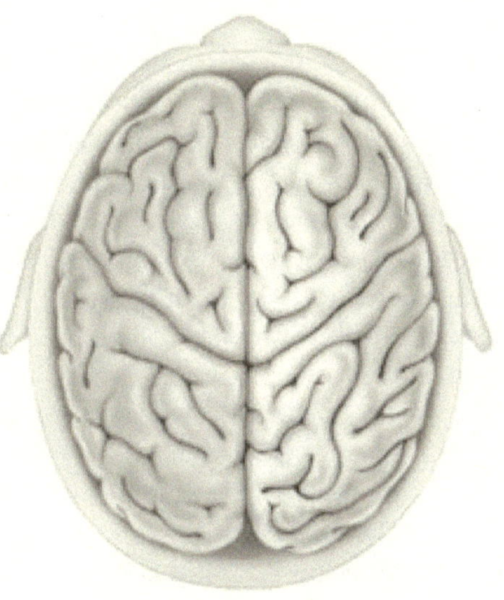

സെറിബ്രൽ അർധഗോളങ്ങൾ

ള്ള നൈപുണ്യങ്ങൾ ആർജിക്കുന്നവർ ആദ്യഘട്ടത്തിൽ വലത് അർധഗോളം ഉപയോഗിക്കുന്നു. എന്നാൽ വൈദഗ്ധ്യം നേടി ഉയർന്ന നിലയിൽ എത്തിക്കഴിഞ്ഞാൽ ഇടതുഭാഗത്തെ ഉപയോഗിച്ച് തുടങ്ങും.

സംസാരത്തെയും ചിന്തയെയും നിർണയിക്കുന്നതുകൊണ്ട് മേധാവിത്തം വഹിക്കുന്നു എന്ന അർത്ഥത്തിൽ ഇടതുഭാഗത്തെ അധീശാർധഗോളമായി (Dominant Hemisphere) കരുതുന്നു. ഇടതു ഭാഗത്ത് സംസാരിക്കാനും ചിന്തിക്കാനുമുള്ള കഴിവ് നിലനിൽക്കുന്നതിനാൽ ഇടതുഗോളത്തിന്റെ തകരാറുള്ളവരിൽ പക്ഷാഘാതത്തോടൊപ്പം മൂകതയും കാണപ്പെടുന്നു. വലതുകൈ ഉപയോഗിക്കുന്നവരിൽ തലച്ചോറിന്റെ ഇടതുഭാഗവും ഇടതുകയ്യന്മാരിൽ വലതു ഭാഗവുമായിരിക്കും സാധാരണഗതിയിൽ മേധാവിത്തം വഹിക്കുന്നത്. എന്നാൽ എപ്പോഴും ഇങ്ങനെയാവണമെന്നില്ല പല ഇടൻകയ്യന്മാരിലും ഇടതുതലച്ചോറ് മേധാവിത്തം വഹിക്കാറുണ്ട്.

സെറിബ്രൽഗോളങ്ങളെ ആവരണം ചെയ്തിട്ടുള്ള കോർട്ടക്സ് (Cortex) എന്ന ചാരനിറത്തിലുള്ള ഭാഗത്താണ് നാഡീകോശങ്ങൾ സ്ഥിതിചെയ്യുന്നത്. അതുകൊണ്ടാണ് കോർട്ടക്സിനെ ചാരഭാഗം (Grey Matter) എന്ന് വിളിക്കുന്നത്. സുഷുമ്നയിൽ നാഡീകോശങ്ങൾ നേരെ തിരിച്ച് ഉൾഭാഗത്തായാണ് കാണുന്നത്. കോർട്ടക്സിന് താഴെയായി നാഡീതന്തുക്കളും ഇതര മസ്തിഷ്കകോശങ്ങളുമടങ്ങിയ വെള്ള ഭാഗ (White Matter)മാണുള്ളത്. മനുഷ്യന്റെ ബോധതലത്തിലുള്ള ബുദ്ധി, അമൂർത്തചിന്ത, കലാപരവും മറ്റുമായ സർഗാത്മകത, ഓർമ, ജാഗ്രത എന്നിവയെല്ലാം ഉത്ഭവിക്കുന്നത് കോർട്ടക്സിലാണ്. സംവേദനേന്ദ്രിയങ്ങളിലൂടെ ലഭിക്കുന്ന എല്ലാ വിവരങ്ങളും അന്തിമമായി എത്തിച്ചേരുന്നതും വിശകലനം ചെയ്യപ്പെടുന്നതും കോർട്ടക്സിലാണ്. കാണുന്നതും കേൾക്കുന്നതും അറിയുന്നതും അവയിലൂടെ ലഭിക്കുന്ന വിവരങ്ങളുടെ അടിസ്ഥാനത്തിൽ ചിന്തിക്കുന്നതും പ്രതികരിക്കുന്നതുമെല്ലാം കോർട്ടക്സിന്റെ സഹായത്തോടെ മാത്രമാണ് നടക്കുന്നത്.

മസ്തിഷ്കദളങ്ങൾ

സെറിബ്രൽ അർധഗോളങ്ങൾക്ക് നാലു ഭാഗങ്ങളാണുള്ളത് : ഫ്രോണ്ടൽ, പരൈറ്റൽ, ഓക്സിപിറ്റൽ, ടെമ്പറൽ എന്നിങ്ങനെ നാമകരണം ചെയ്തിട്ടുള്ള നാലു മസ്തിഷ്കദളങ്ങളാണവ. (Cerebral Lobes). വിവിധ ദളങ്ങൾക്ക് വ്യത്യസ്തമായ ചുമതലകൾ നിർവഹിക്കാനുണ്ട്. തലച്ചോറിന്റെ ഉപരിതലം ചുളിവുകളും (ഗൈറസ് : Gyrus) വിടവുകളും (Sulci) നിറഞ്ഞതാണ്. ചുളിവുകൾ തലച്ചോറിന്റെ വ്യാപ്തി വർധിപ്പിക്കുന്നു. ഉപരിതലത്തിലെ മധ്യഭാഗത്തെ വിടവായ കേന്ദ്ര സൾക്കസിന് (Central Sulcus) മുന്നിൽ ഫ്രോണ്ടൽ ദളവും (Frontal Lobe) പിന്നി

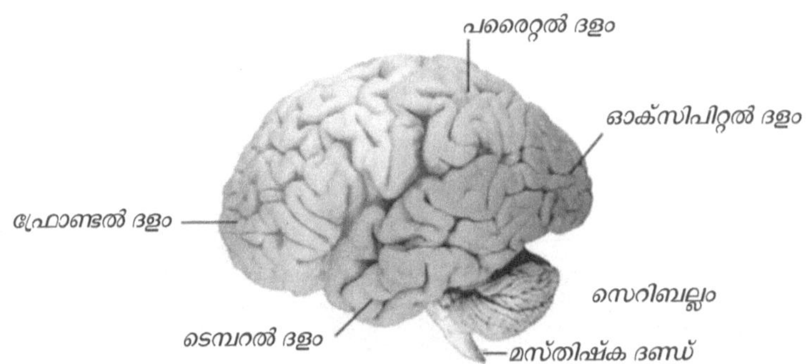

ലായി പരൈറ്റൽ ദളവും (Parietal Lobe) താഴെഭാഗത്തായി ടെമ്പറൽ ദളവും (Temporal Lobe) സ്ഥിതിചെയ്യുന്നു. ലാറ്ററൽ സൾക്കസ് (Lateral Sulcus) അഥവാ സിൽവിയൻ ഫിഷർ (Sylvian Fissure) ടെമ്പറൽ ദളത്തെ ഫ്രോണ്ടൽ, പരൈറ്റൽ ദളങ്ങളിൽ നിന്നും വേർതിരിക്കുന്നു. ഡച്ച് ഭിഷഗ്വരനും ശാസ്ത്രജ്ഞനുമായിരുന്ന ഫ്രാൻസിസ്ക്കസ് സിൽവിയസ് (Franciscus Sylvius : 1614-1672), 1663ൽ ലാറ്ററൽ സൾക്കസിനെ പറ്റി സൂചിപ്പിച്ചതിനെത്തുടർന്നാണ് അദ്ദേഹത്തിന്റെ പേരിൽ മസ്തിഷ്കത്തിന്റെ ഈ ഭാഗം അറിയപ്പെട്ടുതുടങ്ങിയത്. പരൈ

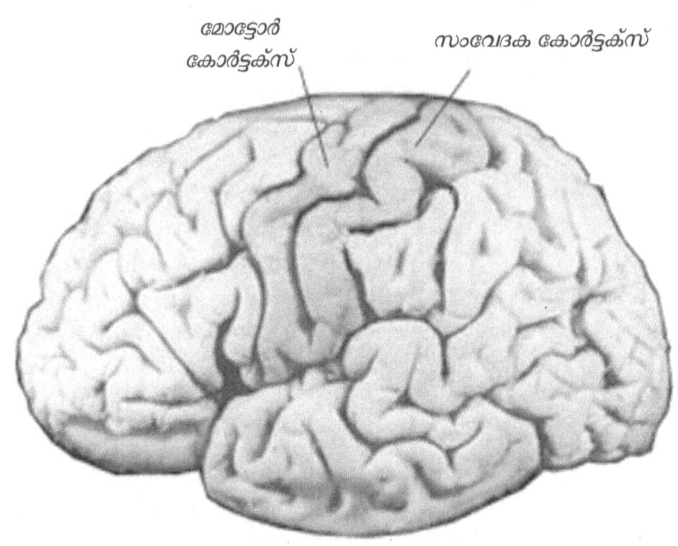

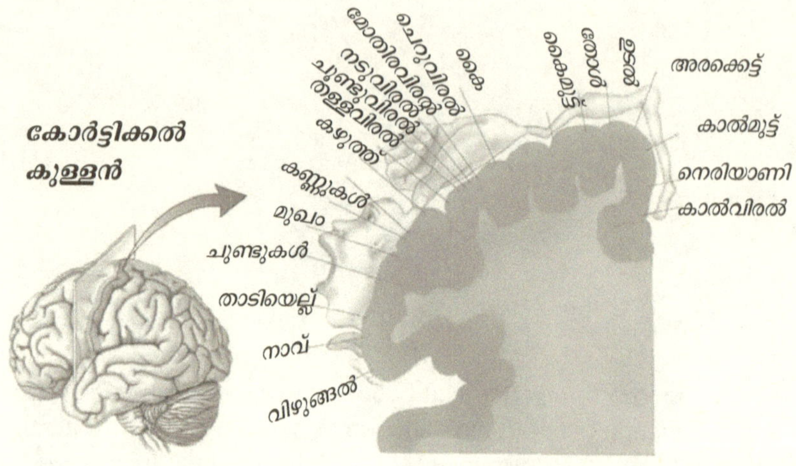

റ്റൽ, ടെമ്പറൽ ദളങ്ങൾക്ക് പിന്നിലാണ് ഓക്സിപിറ്റൽ ദളം.

സെൻട്രൽ സൾക്കസിന് തൊട്ടുമുന്നിലുള്ള ഫ്രോണ്ടൽ ദളത്തിലെ മോട്ടോർ കോർട്ടക്സാണ് (Motor Cortex) മാംസപേശികളെ നിയന്ത്രിക്കുന്നത്. മോട്ടോർ കോർട്ടക്സിൽ വിവിധ ശരീരഭാഗങ്ങൾക്ക് അവയുടെ ആപേക്ഷികമായ പ്രാധാന്യമനുസരിച്ച് വ്യത്യസ്തമായ പ്രാമുഖ്യം നൽകിയിരിക്കുന്നു. സംസാരത്തിനാവശ്യമായ വായ, ചുണ്ട് എന്നിവയ്ക്കും കയ്യിലെ തള്ളവിരലിനും കൂടുതൽ പ്രാതിനിധ്യമാണുള്ളത്. സെൻട്രൽ സൾക്കസിന് തൊട്ടുപിന്നിലായി പരൈറ്റൽ ദളത്തിന്റെ മുൻഭാഗത്തായാണ് സംവേദകകോർട്ടക്സ് (Sensory Cortex) സ്ഥിതിചെയ്യുന്നത്. ഇവിടെയും തള്ളവിരലിനും മുഖത്തിനും കൂടുതൽ പ്രാതിനിധ്യം ഉണ്ട്. വിവിധ ശരീരഭാഗങ്ങൾ നടത്തുന്ന പ്രവർത്തനങ്ങളുടെ സങ്കീർണതയും പ്രാധാന്യവുമാണ് കോർട്ടക്സിൽ അവയുടെ വലുപ്പം നിർണയിക്കുന്നത്. ബോധപൂർവമായ ശരീരചലനങ്ങളെയാണ് മോട്ടോർ കോർട്ടക്സ് നിയന്ത്രിക്കുന്നത്. സംവേദക കോർട്ടക്സ്, തലാമസിൽ നിന്നുള്ള സംവേദകസന്ദേശങ്ങൾ സ്വീകരിച്ചശേഷം മസ്തിഷ്കദണ്ഡിലേക്കും സുഷുമ്നയിലേക്കും വിനിമയം ചെയ്യുന്നു. മനുഷ്യശരീരത്തിലെ മോട്ടോർ സംവേദകകോർട്ടക്സുകളിലെ വിവിധ ഭാഗങ്ങളെ ചേർത്താൽ ഒരു ചെറുമനുഷ്യരൂപത്തെ രേഖപ്പെടുത്താൻ കഴിയും. ഇതിനെ കോർട്ടിക്കൽ കുള്ളൻ (Cortical Homunculus)എന്നാണ് വിളിക്കുന്നത്.

ഓക്സിപിറ്റൽ ദളത്തിലാണ് ദൃശ്യകോർട്ടക്സുള്ളത് (Visual Cortex). ശ്രവണകോർട്ടക്സും (Auditory Cortex) ഘ്രാണകോർട്ടക്സും (Olfactory Cortex) ടെമ്പറൽ ദളത്തിലാണുള്ളത്. കോർട്ടക്സിലെ ഈ കേന്ദ്രങ്ങളാണ് സംവേദനാവയവങ്ങളിലൂടെ ലഭിക്കുന്ന നാഡീസ്പന്ദങ്ങളെ സ്വീകരിക്കുകയും അപഗ്രഥിക്കയും ചെയ്യുന്നത്.

സംസാരകേന്ദ്രങ്ങൾ

സംസാരശേഷിയെ നിയന്ത്രിക്കുന്ന രണ്ട് കേന്ദ്രങ്ങൾ ഫ്രോണ്ടൽ, ടെമ്പറൽ ദളങ്ങളിലായി സ്ഥിതിചെയ്യുന്നു. ഫ്രോണ്ടൽ ദളത്തിന്റെ ഏറ്റവും താഴെയും മോട്ടോർ കോർട്ടെക്സിലെ മുഖത്തിന്റെ ഭാഗം പ്രതിനിധാനം ചെയ്യുന്നതിന്റെ തൊട്ടുമുൻപിലുമുള്ള ഗൈറസിലുള്ള ബ്രോക്കായുടെ പ്രദേശമാണ് (Broca's area) ഇതിലൊന്ന്. ശബ്ദമുണ്ടാക്കുന്നതിനുള്ള സ്വനപേടകത്തെയും അനുബന്ധ മാംസപേശികളുടെ ചലനത്തെയും നിയന്ത്രിക്കുന്നത് ഈ ഭാഗമാണ്. ബ്രോക്കായുടെ പ്രദേശത്തിന് തകരാറുസംഭവിച്ചാൽ മറ്റുള്ളവർ പറയുന്നത് മനസ്സിലാക്കാൻ കഴിയുകയും സംസാരിക്കേണ്ട കാര്യങ്ങൾ മനസ്സിലുദിക്കയും ചെയ്യുമെങ്കിലും ശബ്ദം പുറപ്പെടുവിക്കാനുള്ള കഴിവ് നഷ്ടപ്പെടും. ബ്രോക്കാസ് മൂകത (Brocas - Aphasia) എന്നാണ് ഈ വൈകല്യത്തെ വിശേഷിപ്പിക്കുന്നത്. ബ്രോക്കായുടെ പ്രദേശത്തിന് സംഭവിക്കുന്ന തകരാറിന്റെ സ്വഭാവമനുസരിച്ച് ഭാഗികമോ പൂർണമോ ആയ മൂകതയുണ്ടാവാം (Partial or Total Aphasia). ഫ്രഞ്ച് സർജ്ജനായിരുന്ന പോൾ ബ്രോക്കായാണ് (Paul Broca : 1824-1880) തലച്ചോറിലെ ഈ പ്രദേശം കണ്ടെത്തിയത്.

ടെമ്പറൽ ദളത്തിന്റെ ഏറ്റവും മുകളിലുള്ള ഗൈറസിന്റെ പിൻഭാഗത്ത് സ്ഥിതി ചെയ്യുന്ന വെർണിക്കേയുടെ പ്രദേശമാണ് (Wernicke's Area) സംസാരശേഷിയുമായി ബന്ധമുള്ള രണ്ടാമത്തെ പ്രദേശം. വെർ

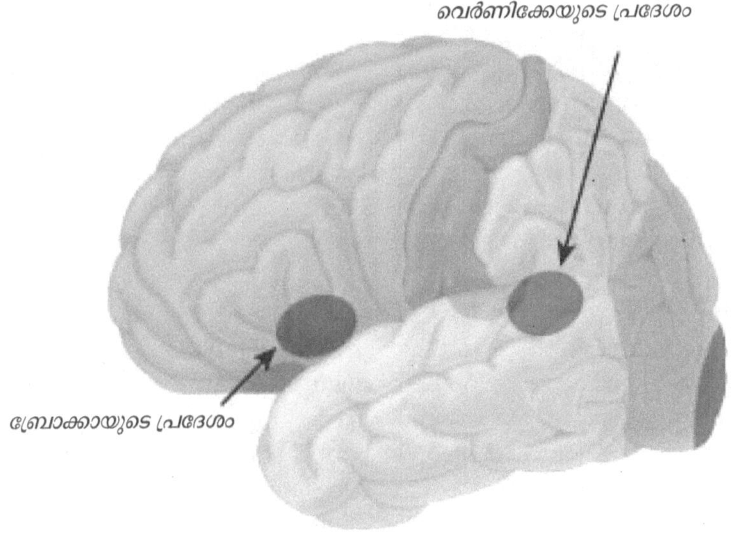

ണിക്കേയുടെ പ്രദേശത്താണ് കേൾവിയിലുടെയും വായനയിലൂടെയും ലഭിക്കുന്ന വിവരങ്ങൾ അപഗ്രഥിക്കപ്പെടുന്നത്. വെർണിക്കേ പ്രദേ ശത്തിന് കേടുപറ്റിയാൽ കേൾക്കാനും വായിക്കാനും പറ്റും; പക്ഷേ അവയെന്തൊക്കെയെന്ന് മനസ്സിലാക്കി പ്രതികരിക്കാൻ കഴിയില്ല. തനിക്ക് ഒന്നും മനസ്സിലാവുന്നില്ലെന്നത് മറച്ചുവയ്ക്കുന്നതിനായി പരസ്പരബന്ധമില്ലാതെ എന്തൊക്കെയോ സംസാരിക്കുന്നതിലേക്കാണ് ഈ തകരാറുള്ളവർ നയിക്കപ്പെടുക. ഈ സ്ഥിതിവിശേഷത്തെ വെർണിക്കേയുടെ മൂകത (Wernicke's Aphasia) എന്നാണ് വിശേഷിപ്പിക്കുന്നത്. ജർമൻ ന്യൂറോളജിസ്റ്റായ കാൾ വെർണിക്കേയാണ് (Carl Wernicke : 1848-1905) തലച്ചോറിലെ ഈ ഭാഗത്തെ കണ്ടെത്തുകയും ബന്ധപ്പെട്ട തകരാറുകളെ വിശദീകരിക്കുകയും ചെയ്തത്. ബ്രോക്കാസ് മൂകതയെ ചാലകമൂകതയെന്നും (Motor Aphasia), വെർണിക്കേയുടെ മൂകതയെ സംവേദനമൂകതയെന്നും (Sensory Aphasia) വിശേഷിപ്പിക്കാറുണ്ട്.

മനുഷ്യനിൽ സെറിബ്രൽ അർധഗോളങ്ങൾ, അതിൽ തന്നെ ഫ്രോണ്ടൽ ദളം, അഭൂതപൂർവമായ വളർച്ച കൈവരിക്കുകയും തലച്ചോറിന്റെ പ്രവർത്തനങ്ങളിൽ ഗുണപരമായ കുതിച്ചുചാട്ടം നടത്തുകയും ചെയ്തു. മനുഷ്യനെ മൃഗങ്ങളിൽ നിന്നും വേർതിരിക്കുന്ന നിരവധി ഗുണങ്ങൾ സെറിബ്രൽ ഗോളങ്ങളുടെ വളർച്ചയുടെയും വിവിധ ഭാഗങ്ങളുടെ വൈവിധ്യവൽക്കരണത്തിന്റെയും ഫലമായി കൈവരിക്കാൻ കഴിഞ്ഞവയാണ്. അതുകൊണ്ടാണ് അർധഗോളങ്ങളെ നവീനമസ്തിഷ്കം (Neo Pallium : Neo Cortex) എന്ന് വിളിക്കുന്നത്. ബുദ്ധിപരവും സർഗാത്മകവും സൃഷ്ടിപരവുമായ മനുഷ്യന്റെ കഴിവുകൾ അർധഗോളങ്ങളിൽ കേന്ദ്രീകരിച്ചിരിക്കുന്നു. അതേയവസരത്തിൽ മനുഷ്യനെ ഒരു ജീവിയായി നിലനിർത്തുന്നതിനാവശ്യമായ ഹൃദയം, ശ്വസനം, പ്രത്യുൽപാദനവ്യൂഹം, അതിജീവനത്തിനായുള്ള വൈകാരികമണ്ഡലങ്ങൾ ഇവയെല്ലാം സെറിബ്രത്തിന്റെ അടിയിലുള്ള മറ്റ് ഭാഗങ്ങളിലാണ് സ്ഥിതി ചെയ്യുന്നത്. ഈ ഭാഗങ്ങളെയെല്ലാം ചേർത്ത് പുരാതനമസ്തിഷ്കം (Archipallium) എന്ന് പറയുന്നു.

സെറിബല്ലം

സെറിബല്ലം, സെറിബ്രൽ ഗോളങ്ങളുടെയും മെഡുല ഒബ്ലോംഗേറ്റയുടെയും ഇടയിലായി മസ്തിഷ്കത്തിന്റെ പുറകുവശത്ത് മസ്തിഷ്കദണ്ഡിന്റെ ഇരുഭാഗങ്ങളിലായി സ്ഥിതി ചെയ്യുന്നു. മാംസപേശികളുടെ പ്രവർത്തനങ്ങളെ ഏകോപിപ്പിക്കുക എന്ന ചുമതലയാണ് സെറിബല്ലത്തിന് നിർവഹിക്കാനുള്ളത്. മാംസ പേശികളുടെ സങ്കോചത്തെയും വികാസത്തെയും ചേഷ്ടയെയും (Tone) കുറിച്ചുള്ള വിവരങ്ങൾ സെറിബല്ലത്തിൽ എത്തുന്നു. സെറിബല്ലത്തിന്റെ പ്രവർത്തനങ്ങൾ അബോധതല

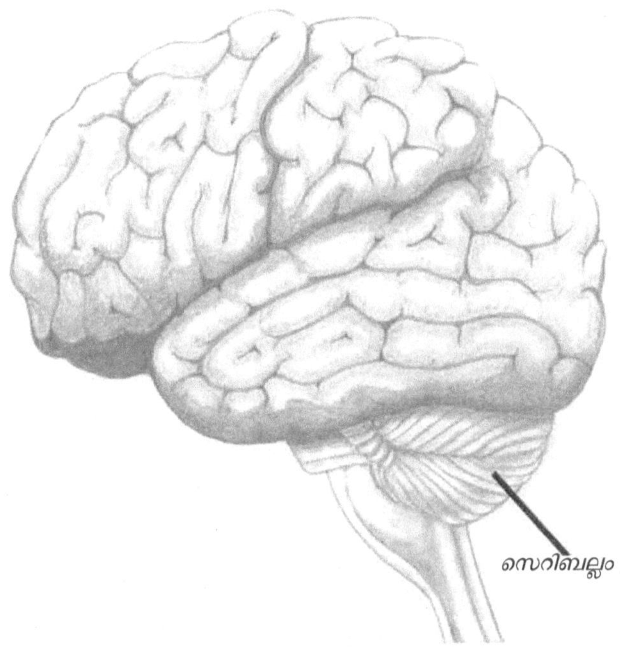

ത്തിലാണ് നടക്കുന്നത്. വിവിധ പേശികളുടെ പ്രവർത്തനങ്ങളെ ക്രമീകരിച്ച് ചിട്ടപ്പെടുത്തി ഓരോ കർമങ്ങളും ഉദ്ദേശമനുസരിച്ച് സാക്ഷാത്ക്കരിക്കാൻ സഹായിക്കുക എന്ന കടമയാണ് സെറിബല്ലം നിർവഹിക്കുന്നത്. ഏത് പ്രവർത്തനം നടത്തുമ്പോഴും നിരവധി പേശികളുടെ പ്രവർത്തനങ്ങളെ ഏകോപിപ്പിക്കേണ്ടതുണ്ട്. നടക്കുക, ഓടുക, എഴുതുക തുടങ്ങി സാധാരണ ജീവിതത്തിൽ ആവശ്യമായ പ്രവൃത്തികൾ ചെയ്യുമ്പോഴും കായികതാരങ്ങളും സംഗീതോപകരണങ്ങൾ കൈകാര്യം ചെയ്യുന്നവരും കൂടുതൽ സങ്കീർണമായ പ്രവർത്തനങ്ങൾ ചെയ്യുമ്പോഴും സെറിബല്ലം നിരവധി പേശികളുടെ ചലനങ്ങൾക്ക് ആവശ്യമായ ഉചിതമായ മാർഗനിർദ്ദേശങ്ങൾ നൽകുന്നു. ഉദാഹരണത്തിന് ആഹാരം കഴിക്കാൻ ശ്രമിക്കുമ്പോൾ കൈകളുപയോഗിച്ച് ഭക്ഷ്യവസ്തുക്കളെടുത്ത് വായിലെത്തിക്കണമെങ്കിൽ കൈകളിലെ നിരവധി പേശികൾ ലക്ഷ്യപ്രാപ്തിക്കായി ക്രമമായി പ്രവർത്തിക്കേണ്ടതുണ്ട്.

മസ്തിഷ്ക അറകൾ

മസ്തിഷ്കത്തിനകത്തുള്ള ഉള്ളറകളാണ് വെൻട്രിക്കിളുകൾ. (Cerebral Ventricles). സെറിബ്രൽ അർധഗോളത്തിനുള്ളിലെ ഇരു ഭാ

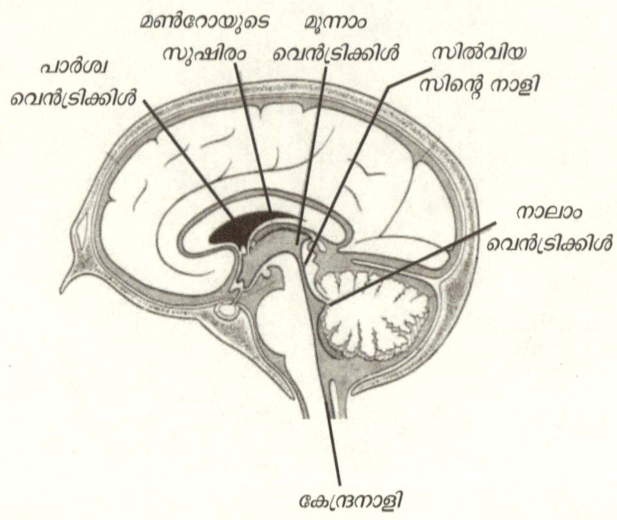

ഗത്തുമുള്ള അറകളെ പാർശ്വവെൻട്രിക്കിളുകൾ (Lateral Ventricle) എന്ന് വിളിക്കുന്നു. ഇതിന്റെ തുടർച്ചയാണ് തലാമസ്സിന്റെ ഇടയ്ക്ക് മസ്തിഷ്കത്തിന്റെ മധ്യഭാഗത്തായുള്ള മൂന്നാം വെൻട്രിക്കിൾ (Third Ventricle). മൺറോയുടെ സുഷിരങ്ങൾ (Foramen of Monro). മൂന്നാം വെൻട്രിക്കിളിനെ പാർശ്വവെൻട്രിക്കിളുകളുമായി ബന്ധിപ്പിക്കുന്നു. സ്കോട്ടിഷ് ഭിഷഗ്വരനും ശരീരശാസ്ത്രജ്ഞനുമായ അലക്സാണ്ടർ മൺറൊ (Alexander Monro : 1733-1817) 1783ൽ ഈ സുഷിരങ്ങളെപ്പറ്റി സൂചിപ്പിച്ചു. പാർശ്വവെൻട്രിക്കിളുകളെ മൂന്നാം വെൻട്രിക്കിളുമായി ഘടിപ്പിക്കുന്നത് ചെറുകുഴൽ രൂപത്തിലുള്ള സിൽവിയസിന്റെ നാളി (Aqueduct of Sylvius) മൂന്നാം വെൻട്രിക്കിളിനെ മസ്തിഷ്ക്കദണ്ഡിന്റെ തുടക്കത്തിലുള്ള നാലാം വെൻട്രിക്കിളുമായി (Fourth Ventricle) ബന്ധിപ്പിക്കുന്നു. തുടർന്ന് സുഷുമ്നയുടെ മധ്യത്തിലുള്ള കേന്ദ്രനാളിയായി (Central Canal) താഴേക്ക് പോയി അവസാനിക്കുന്നു.

സെറിബ്രോസ്പൈനൽ ദ്രാവകം (Cerebrospinal fluid) മസ്തിഷ്കഅറകളിലും നാളികളിലും നിറഞ്ഞിരിക്കുന്നു. വെൻട്രിക്കിളുകളിലുള്ള എപ്പെൻഡൈമൽ കോശസമുച്ചയങ്ങളായ (Ependymal cells) കൊറോയിഡ് ജാലമാണ് (Choroid Plexus) സെറിബ്രോസ്പൈനൽ ദ്രാവകം ഉൽപാദിപ്പിക്കുന്നത്.

മെനിഞ്ജസ്

തലച്ചോറിനെയും സുഷുമ്നയെയും ആവരണം ചെയ്യുന്ന സ്തരങ്ങളാണ് മെനിഞ്ജസ് (Meninges). ഡ്യൂറാമാറ്റർ (Dura Mater), അരാക്ക്

നോയ്ഡ് മാറ്റർ (Arachnoid Mater), പയാമാറ്റർ (Pia Mater) എന്നിങ്ങനെ മൂന്ന് സ്തരങ്ങളാണുള്ളത്. ഇവയിൽ കട്ടി കൂടിയ ഡ്യൂറാമാറ്റർ പുറമേയും പയാമാറ്റർ ഉള്ളിലായും കാണു ന്നു. ഇവയ്ക്കിടയിലാണ് അരാക്ക്നോയ്ഡ് മാറ്റർ. അരാക്ക്നോയ്ഡ് മാറ്ററിനും പയാമാറ്റ റിനും ഇടയ്ക്കുള്ള വിടവിലൂടെ സെറിബ്രോസ്പൈനൽ ദ്രാവകം ഒഴുകി തലച്ചോറിനും സുഷുമ്നക്കും സംരക്ഷണം നൽകുന്നു. സെറിബ്രൽ അർധഗോളങ്ങൾക്കിടയിലായി അവയെ വേർതിരിക്കുന്ന അരിവാളിന്റെ രൂപത്തിലു

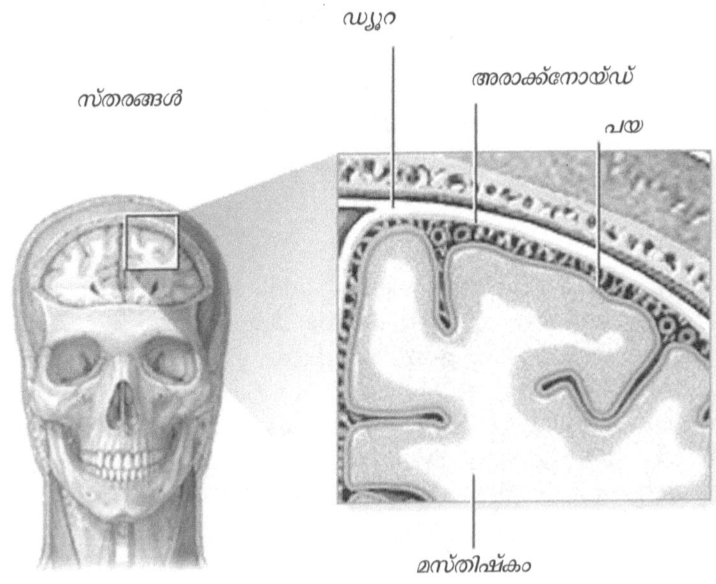

ള്ള വളരെ കട്ടികൂടിയ ഡ്യൂറാമാറ്ററാണ് ഫാൽക്സ് സെറിബ്രൈ (Falx cerebri). ഓക്സിപിറ്റൽ ദളങ്ങളെ സെറിബല്ലത്തിൽ നിന്നും വേർതിരിക്കുന്ന ഡ്യൂറാമാറ്ററാണ് ടെന്റോറിയം സെറിബല്ലെ (Tentorium Cerebelli).

തലച്ചോറിലെ രക്തചംക്രമണം

ഇന്റേണൽ കരോട്ടിഡ് (Internal Carotid Artery), വെർടിബ്രൽ (Vertebral Artery) എന്നീ ധമനികളാണ് തലച്ചോറിലേയ്ക്ക് രക്തം എത്തിക്കുന്നത്. ഇന്റേണൽ കരോട്ടിഡ് ധമനി സെറിബ്രൽ ഗോളങ്ങൾക്കും, വെർടിബ്രൽ ധമനി സെറിബല്ലത്തിനും മസ്തിഷ്കദണ്ഡി നും സെറിബ്രൽ ഗോളങ്ങളുടെ അടിഭാഗത്തിനും രക്തം നൽകുന്നു. ഇന്റേണൽ കരോട്ടിഡ് ധമനി, ആന്റീരിയർ സെറിബ്രൽ ധമനി (Anterior Cerebral

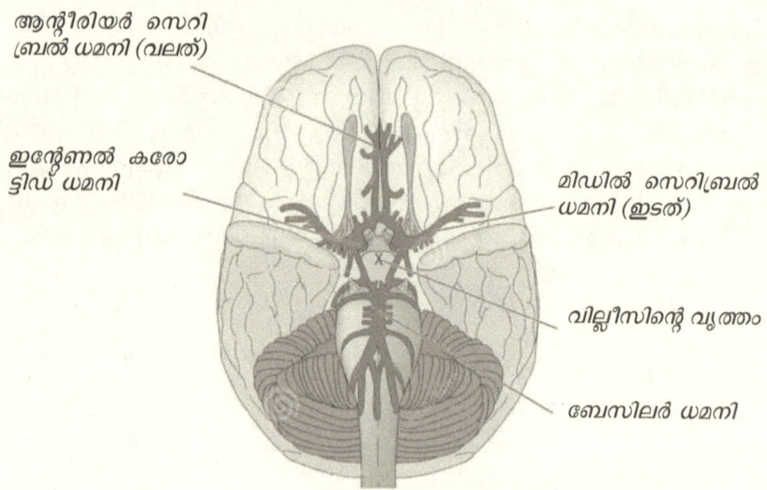

Artery), മിഡിൽ സെറിബ്രൽ ധമനി (Middle Cerebral Artery) എന്നിങ്ങനെ രണ്ടായി വിഭജിച്ച് മസ്തിഷ്ക സെറിബ്രൽ ഗോളങ്ങൾക്ക് രക്തം നൽകുന്നു. തലയോടിനുള്ളിൽ കടന്നശേഷം ഇരുവശത്തുമുള്ള വെർടിബ്രൽ ധമനികൾ ചേർന്ന് ബേസിലാർ ധമനിയായി (Basi-lar Artery) മാറുന്നു. ഇന്റേണൽ കരോട്ടിഡ് ധമനികളും ബേസിലാർ, ധമനിയും തലച്ചോറിന്റെ അടിഭാഗത്ത് അന്യോന്യം ബന്ധിപ്പിക്കപ്പെട്ട് വില്ലീസിന്റെ വൃത്തം (Circle of Willis) രൂപീകരിക്കുന്നു. തലച്ചോറിലേക്ക് രക്തം എത്തിക്കുന്ന എതെങ്കിലും ധമനി അടഞ്ഞുപോയാൽ വില്ലീസ് വൃത്തത്തിലുടെ മറ്റൊരു ധമനിയിൽ നിന്നും രക്തം തലച്ചോറിലെത്തിക്കാൻ ഇതുവഴി കഴിയുന്നു. തലച്ചോറിലെ രക്തചംക്രമണത്തെപ്പറ്റി ആധികാരികമായ പഠനങ്ങൾ നടത്തിയ ബ്രിട്ടീഷ് ഭിഷഗ്വരനും ഗവേഷകനുമായിരുന്ന തോമസ് വില്ലീസിന്റെ (Thomas Willis : 1621-1675) പേരിലാണ് വില്ലീസ് വൃത്തം അറിയപ്പെടുന്നത്. മറ്റ് ശരീരഭാഗങ്ങളിൽ നിന്നും വ്യത്യസ്തമായി ധമനികളോടൊപ്പം ആ പേരുകളുള്ള സിരകൾ കാണപ്പെടുന്നില്ല എന്നതാണ് തലച്ചോറിലെ രക്തചംക്രമണത്തിന്റെ പ്രത്യേകത. അതിനുപകരമായി സിരാകോടരങ്ങളാണ് (Venous Sinuses) തലച്ചോറിലെ അശുദ്ധരക്തത്തെ ഇന്റേണൽ ജൂഗുലർ സിരകളിൽ (Internal Jugular Veins) എത്തിക്കുന്നത്.

സ്വതന്ത്ര നാഡീവ്യൂഹം

ശരീരത്തിലെ അനിച്ഛാപ്രവർത്തനങ്ങളെ നിയന്ത്രിക്കുന്ന നാഡീവ്യൂഹമാണ് സ്വതന്ത്രനാഡീവ്യൂഹം. (Autonomic Nervous System). ഇവ

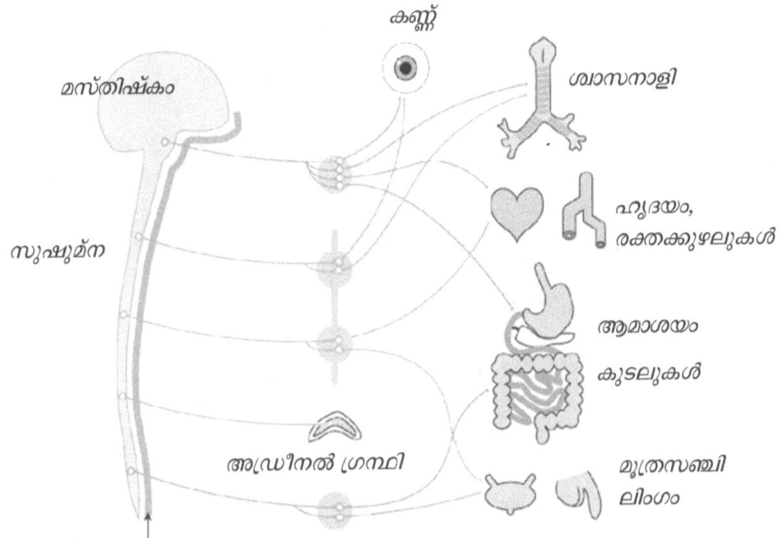

മസ്തിഷ്കത്തിന്റെ ബോധപൂർവമായ നിയന്ത്രണത്തിന്റെ കീഴിലല്ല. പചനവ്യൂഹം, രക്തചംക്രമണവ്യൂഹം എന്നിവയിലെ ഗ്രന്ഥികളും നാഡികളും ഇവയുടെ നിയന്ത്രണത്തിലാണ്. ശ്വസനം, ചയാപചയം, ഹൃദയമിടിപ്പ്, അന്തഃസ്രാവഗ്രന്ഥികളുടെ സ്രവം എന്നിവയെ ക്രമീകരിക്കുന്നത് സ്വതന്ത്രനാഡീവ്യൂഹമാണ്. അനുകമ്പാനാഡികൾ (Sympathetic Nerves), പാരാനുകമ്പാനാഡികൾ (Parasympathetic Nerves) എന്നീ രണ്ട് ഉപവിഭാഗങ്ങളും സ്വതന്ത്രനാഡീവ്യൂഹത്തിനുണ്ട്. അനുകമ്പാനാഡികൾ ഹൃദയമിടിപ്പ്, ശ്വസനം, രക്തസമ്മർദ്ദം തുടങ്ങിയവയെ ഉദ്ദീപിപ്പിക്കുകയും മൃദുലപേശികളെ സങ്കോചിപ്പിക്കുകയും ചെയ്യുന്നു. പാരാനുകമ്പാനാഡികൾ ഹൃദയമിടിപ്പ് കുറയ്ക്കുകയും രക്തസമ്മർദ്ദം താഴ്ത്തുകയും മൃദുലപേശികളെ വികസിപ്പിക്കയും ചെയ്യുന്നു. അടിയന്തിരഘട്ടങ്ങൾ നേരിടാൻ ശരീരത്തെ സജ്ജമാക്കുന്നത് അനുകമ്പാനാഡീവ്യൂഹമാണ്. അനുകമ്പാനാഡികൾ നമ്മെ പയറ്റിനും (Fight) പലായനത്തിനും (Flight) വേണ്ടി തയ്യാറാക്കുമ്പോൾ പാരാനുകമ്പാനാഡികൾ ശരീരത്തെ ശാന്തമാക്കുന്നു.

നാഡീകോശങ്ങൾ

നാഡീവ്യൂഹത്തിന്റെ ഘടനാപരവും ധർമപരവുമായ അടിസ്ഥാന ഘടകമാണ് ന്യൂറോണുകൾ (Neurons) എന്ന നാഡീകോശങ്ങൾ (Nerve Cells). മനുഷ്യശരീരത്തിൽ 100 ബില്യൺ (പതിനായിരം കോടി) ന്യൂറോണുകളാണുള്ളത്. ഇവയിൽ എഴുപത് ശതമാനവും തലച്ചോറി

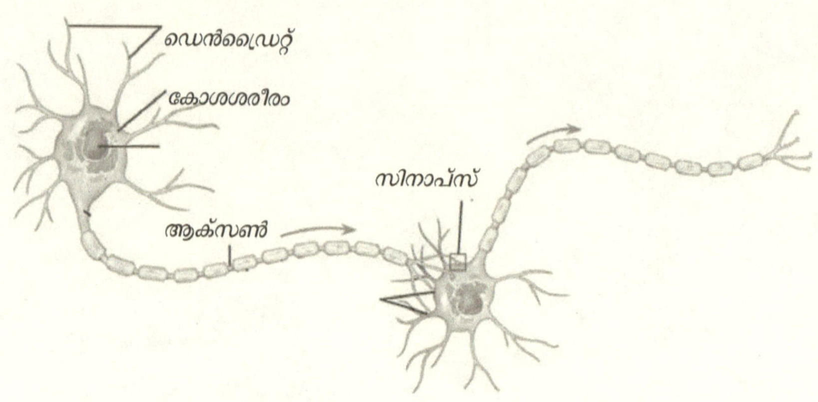

ലാണ്. ന്യൂറോണുകൾ നാഡീവ്യൂഹത്തിന് ചാരനിറം നൽകുന്നു. കോശശരീരവും (Cell Body) പുറത്തേക്ക് നീണ്ടുകിടക്കുന്ന നാരുകളും ചേർന്നതാണ് നാഡീകോശങ്ങൾ. ഇവയിൽ നീണ്ട നാരാണ് ആക്സൺ (Axon). ഹ്രസ്വനാരുകളെ ഡെൻഡ്രൈറ്റ് (Dendrite) എന്നാണ് വിളിക്കുന്നത്. ഒരു ന്യൂറോണിൽ നിന്നും ഒരു ആക്സണും നിരവധി ഡെൻഡ്രൈറ്റുകളും പുറപ്പെടുന്നു. നാഡീവ്യൂഹത്തിൽ നിന്നുള്ള ഉത്തേജനങ്ങൾ (Stimulus) പേശികളിലും ഗ്രന്ഥികളിലുമെത്തുന്നത് വൈദ്യുതി പ്രവാഹരൂപമായ ആവേഗ (Impulse)ത്തിലൂടെയാണ്. കോശശരീരത്തിൽ നിന്നും പുറത്തേക്ക് ആവേഗങ്ങളെ കൊണ്ടുപോകുന്നത് ആക്സണുകളാണ്. ആക്സണിൽ നിന്നും ലഭിക്കുന്ന ആവേഗത്തെ കോശത്തിലെത്തിക്കുന്നത് ഡെൻഡ്രൈറ്റുകളാണ്.

രണ്ട് നാഡീകോശങ്ങൾ തമ്മിൽ ബന്ധപ്പെടുന്ന സന്ധിയാണ് സിനാപ്സ് (Synapse). ന്യൂറോണിന്റെ ആക്സണിന്റെ ശാഖാഗ്രവും മറ്റൊരു ന്യൂറോണിന്റെ ഡെൻഡ്രൈറ്റിന്റെ ഉപരിതലവുമായാണ് സിനാപ്റ്റിക് ബന്ധം സ്ഥാപിക്കപ്പെടുന്നത്. ആക്സണിന്റെ ശാഖാഗ്രം കുമിളപോലെ കാണപ്പെടുന്നു. ഇതിനെ സിനാപ്സ്പൂർവബൾബ് (Pre Synaptic Bulb) എന്നും സന്ധിയിൽ പങ്കെടുക്കുന്ന ഡെൻഡ്രൈറ്റിന്റെ ഉപരിതലത്തെ ഉത്തര സിനാപ്റ്റിക് സ്തരം (Post Synaptic Membrane) എന്നും പറയുന്നു. ഇവയ്ക്കിടയിലുള്ള നേരിയ വിടവാണ് സിനാപ്സ് ദരം (Synaptic Cleft). രാസസന്ദേശവാഹകർ എന്ന് വിശേഷിപ്പിക്കാവുന്ന ന്യൂറോട്രാൻസ്മിറ്ററുകൾ (നാഡീപ്രേഷകങ്ങൾ : Neurotransmitters) എന്ന രാസപദാർത്ഥങ്ങൾ വഴിയാണ്. ആക്സണിൽ നിന്നും പ്രവഹിക്കുന്ന ആവേഗങ്ങൾ സിനാപ്സ് ദരത്തെ കടന്ന് ഡെൻഡ്രൈറ്റിലെത്തുന്നത്. നാഡീ ആവേഗങ്ങളെ അടുത്ത നാഡീകോശങ്ങളിലേക്ക് പ്രേഷണം ചെയ്യുകയാണ് ന്യൂറോട്രാൻസ്മിറ്ററുകളുടെ ധർമം.

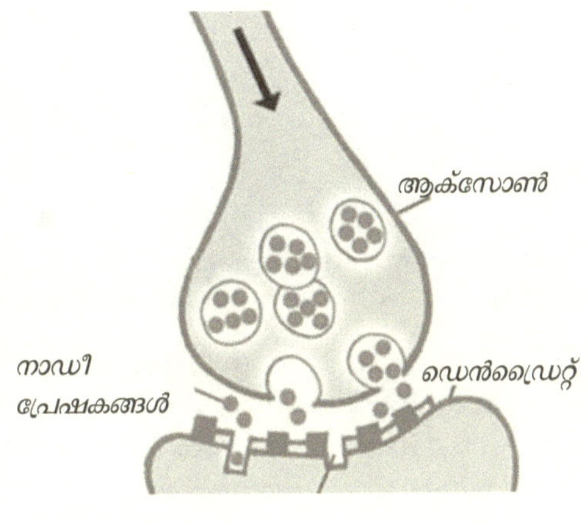

സിനാപ്റ്റിക്ക് ബൾബുകളിലാണ് ന്യൂറോട്രാൻസ്മിറ്ററുകൾ ശേഖരിക്കപ്പെട്ടിട്ടുള്ളത്. ആവേഗം സിനാപ്സിലെത്തുമ്പോൾ ന്യൂറോട്രാൻസ്മിറ്റർ സിനാപ്സ് ദരം കടന്ന് അടുത്ത ന്യൂറോണിന്റെ ഡെൻഡ്രൈറ്റിൽ (ഉത്തര സിനാപ്റ്റിക്ക് സ്തരത്തിൽ) സമാനമായ ആവേഗം സൃഷ്ടിക്കുന്നു. ഇങ്ങനെയാണ് ആവേഗങ്ങൾ ന്യൂറോണുകളിലൂടെ പ്രവഹിക്കുന്നത്.

നാഡികളുടെ ആവേഗം (Nerve Impulse) ഉൽപാദിപ്പിക്കപ്പെടുമ്പോൾ നാഡികളുടെ അകത്തും പുറത്തുമുള്ള വൈദ്യുതസ്ഥാനികത്തിൽ (Eletcrical Potential) ഉണ്ടാകുന്ന വ്യത്യാസമാണ് ചലനസ്ഥാനീയത (Action Potential). ഉത്തേജിക്കപ്പെടാത്ത നാഡീകോശത്തിന്റെ ഉൾഭാഗം ബാഹ്യപരിസരത്തെ അപേക്ഷിച്ച് ഋണാത്മകമായിരിക്കും (Negative). ആക്ഷൻ പൊട്ടൻഷ്യലിൽ ഉൾഭാഗം ധനാത്മകവും (Positive) പുറഭാഗം ഋണാത്മകവുമായിരിക്കും.

നാഡീപ്രേഷകങ്ങൾ

നാഡീവ്യൂഹ ആവേഗങ്ങളെ നാഡീകോശങ്ങളിലേക്കും പേശികൾ, ഗ്രന്ഥികൾ എന്നീ പ്രയോക്താക്കളിലേക്കും (Effectors) പ്രേഷണം ചെയ്യുക എന്നതാണ് നാഡീപ്രേഷകങ്ങളുടെ ചുമതല. ആക്സണുകളുടെ അഗ്രത്തിലുള്ള സിനാപ്റ്റിക്ക് ബൾബുകളിലാണ് നാഡീപ്രേഷകങ്ങൾ ഉൽപാദിപ്പിക്കപ്പെടുന്നത്. തലച്ചോറിലുണ്ടാവുന്ന വൈദ്യുതതരംഗം സൃഷ്ടിക്കുന്ന ചലനസ്ഥാനീയതയാണ് നാഡീപ്രേഷകങ്ങളെ സിനാപ്റ്റിക്ക് ബൾബിൽ നിന്നും പുറത്തേക്ക് പ്രവഹിപ്പിക്കുന്നത്. അവ അടുത്ത നാഡീകോശത്തിലോ പ്രയോക്താക്കളിലോ ഉള്ള ഉത്തര സിനാപ്റ്റിക്ക് ഗ്രാഹികളുമായി (Post Synaptic Receptors) ചേരുന്നു. ഗ്രാഹികളെ അവ ഉത്തേജിപ്പിക്കുകയോ (Excite) നിഷ്ക്രിയമാക്കുകയോ (Inhibit) ചെയ്യുന്നു.

അമിനോ അമ്ലങ്ങൾ, അവ ചേർന്നുള്ള പെപ്റ്റൈഡുകൾ, മോണോ അമൈനുകൾ എന്നിങ്ങനെ മൂന്നുതരത്തിലുള്ള നാഡീപ്രേഷകങ്ങളുണ്ട്. ഇതിനകം ഏതാണ്ട് നൂറോളം നാഡീപ്രേഷകങ്ങളെ കണ്ടെത്തിയിട്ടുണ്ട്.

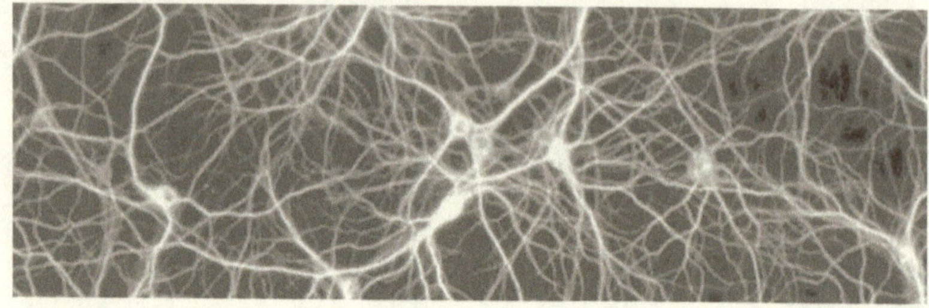

ഗ്ലൂറ്റമേറ്റ് (Glutamate), അസറ്റൈൽ കോളിൻ (Acetylcholine), ഗാമ അമിനോ ബ്യൂട്ടിറിക്ക് ആസിഡ് (Gamma Amino Butyric acid : GABA), ഗ്ലൈസീൻ (Glycine), ഡോപമിൻ (Dopamine), നോർ എപ്പിനെഫ്രിൻ - നോർഅഡ്രിനലിൻ (Norepinephrine - Noradrenaline), എപ്പിനെഫ്രിൻ - അഡ്രിനലിൻ (Epinephrine - Adrenaline), ഹിസ്റ്റമിൻ (Histamine), സെറോട്ടോണിൻ (Serotonin) എന്നിവയാണ് പ്രധാനപ്പെട്ട ചില നാഡീപ്രേഷകങ്ങൾ. മസ്തിഷ്കത്തിലെ പ്രധാനപ്പെട്ട പ്രതിബന്ധക നാഡീപ്രേഷകങ്ങളാണ് (Inhibitory Neurotransmitters) ഗാബ. സുഷുമ്നയിലേത് ഗ്ലൈസീനും. അസറ്റൈൽ കോളിൻ മാംസപേശികളെ ഉത്തേജിപ്പിക്കുന്നു. ഗ്ലൂറ്റമേറ്റ് ആണ് തലച്ചോറിനെ ഉദ്ദീപിപ്പിക്കുന്നതിൽ പ്രധാന പങ്ക് വഹിക്കുന്നത്. ഗ്ലൂറ്റമേറ്റ് കൂടുതലായി പ്രവഹിച്ചാൽ തലച്ചോറ് അമിതമായി ഉദ്ദീപിപ്പിക്കപ്പെടുകയും ഉദ്ദീപനവിഷത്വത്തിന് (Excitotoxicity) വിധേയമാവുകയും ചെയ്യുന്നു.

ന്യൂറൽ ശൃംഖല

ഒരു നാഡീകോശത്തിന്റെ ഡെൻഡ്രൈറ്റുകൾ അനേകായിരം നാഡീനാരുകളിൽ നിന്നും വിവരങ്ങൾ ശേഖരിക്കുന്നു. ഒരു നാഡീകോശം 10,000 ത്തോളം ഇതരനാഡീകോശങ്ങളുമായി ബന്ധപ്പെട്ടിരിക്കുന്നു. മനുഷ്യമസ്തിഷ്കത്തിൽ ഏതാണ്ട് 1000 ട്രില്ല്യൺ (1 ട്രില്ല്യൺ = ഒരു ലക്ഷം കോടി) സിനാപ്റ്റിക്ക് കണ്ണികൾ ഉള്ളതായി കണക്കാക്കപ്പെടുന്നു. കണക്കുകൂട്ടാൻ പറ്റാത്തതരത്തിൽ ബൃഹത്തായ ന്യൂറൽ ശൃംഖലയാണ് (Neural Network) തലച്ചോറിലുള്ളത്.

പർക്കിഞ്ചി കോശങ്ങൾ

സെറിബല്ലത്തിന്റെ ഉപരിഭാഗത്ത് മൂന്ന് നിരയായി നാഡീകോശങ്ങൾ സ്ഥിതിചെയ്യുന്നു. ഇതിൽ മധ്യപാളിയിലുള്ള പ്രത്യേകതരത്തിലുള്ള നാഡീകോശങ്ങളാണ് പർക്കിഞ്ചി കോശങ്ങൾ (Purkinje Cells). ഏറ്റവും സങ്കീർണ്ണമായ നാഡീകോശങ്ങളാണിവ. പർക്കിഞ്ചി കോശങ്ങളുടെ കോശശരീരത്തിൽ നിന്നും ശാഖകളും ഉപശാഖകളുമായി നിരവധി ഡെൻ

ഡ്രൈറ്റുകൾ ഉത്ഭവിക്കുന്നു. ഒരു നാഡീകോശത്തിന്റെ ഡെൻഡ്രൈറ്റുകൾ അനേകായിരം നാഡീനാരുകളിൽ നിന്നും വിവരങ്ങൾ ശേഖരിക്കുന്നു. ഏറ്റവുമധികം സിനാപ്റ്റിക് ബന്ധമുള്ള ന്യൂറോണുകളാണ് പർക്കിഞ്ചി കോശങ്ങൾ.

ഗ്ലയൽ നാഡീകോശങ്ങൾ

ന്യൂറോണുകൾക്ക് പുറമേ തലച്ചോറിലുള്ള ഇതരകോശങ്ങളാണ് ഗ്ലയൽ കോശങ്ങൾ (Glial Cells). ഇവയെ ന്യൂറോഗ്ലയ (Neuroglia) എന്നും വിളിക്കാറുണ്ട്. മാക്രോഗ്ലയ (Macroglia : സ്ഥൂലഗ്ലയ) മൈക്രോഗ്ലയ (Microglia : സൂക്ഷ്മഗ്ലയ) എന്നിങ്ങനെ ഇവയെ രണ്ടായി തരംതിരിക്കാം. വലുപ്പത്തിലും എണ്ണത്തിലും കൂടുതലായത് കൊണ്ടാണ് ഇവയെ സ്ഥൂലഗ്ലയകൾ എന്ന് വിളിക്കുന്നത്. ആസ്ട്രോസൈറ്റുകൾ (Astrocytes), ഒളിഗോഡെൻഡ്രോസൈറ്റുകൾ (Oligodendrocyte), എപ്പെൻഡൈമൽ കോശങ്ങൾ (Ependymal Cells) എന്നിവ സ്ഥൂലഗ്ലയ വിഭാഗത്തിൽപെടുന്നു. നാഡീകോശങ്ങളുടെ സജീവമായ പ്രവർത്തനത്തിന് ഗ്ലയൽകോശങ്ങൾ ആവശ്യമാണ്. നാഡീകോശങ്ങളെ അവയുടെ സവിശേഷസ്ഥാനങ്ങളിൽ ഉറപ്പിച്ചുനിർത്തുന്ന പശയായി (Glue) ന്യൂറോഗ്ലയ പ്രവർത്തിക്കുന്നു. ആസ്ട്രോസൈറ്റുകളാണ് നാഡീകോശങ്ങൾക്കാവശ്യമായ പോഷണം എത്തിക്കുന്നത്. ആക്സണുകളുടെ പ്രവർത്തനത്തിനാവശ്യമായ മയലിൻ ആവരണം (Myelin Sheath) അവയ്ക്ക് ലഭ്യമാക്കുന്നത് ഒളിഗോഡെൻഡ്രോസൈറ്റുകളാണ്. നശിച്ചുപോകുന്ന കോശങ്ങളും മറ്റവശിഷ്ടങ്ങളും രോഗാണുക്കളും തലച്ചോറിൽ നിന്നും നീക്കം ചെയ്യുന്നത് സൂക്ഷ്മഗ്ലയയുടെ ചുമതലയിൽപ്പെടുന്നു. ത

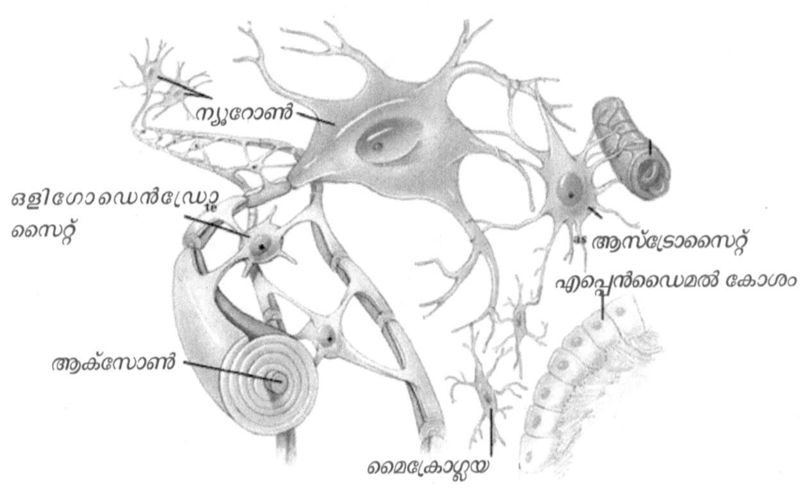

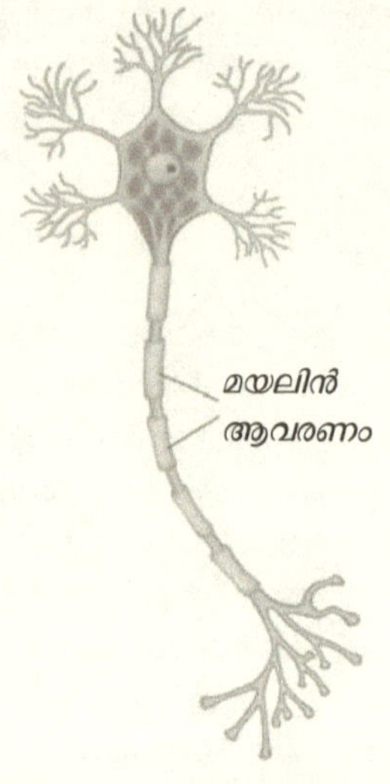

ലച്ചോറിലെ വെൻട്രിക്കുകളിലുള്ള എപ്പൻഡൈമൽ കോശങ്ങളാണ് സെറിബ്രോസ്പൈനൽ ദ്രാവകം ഉൽപാദിപ്പിക്കുന്നത്.

നാഡീകോശങ്ങളുടെ കേവലം സഹായ കോശങ്ങൾ മാത്രമാണ് ഗ്ലയൽകോശങ്ങൾ എന്ന ധാരണ അവയെ സംബന്ധിച്ച കൂടുതൽ പഠനങ്ങളെത്തുടർന്ന് മാറിവരുന്നുണ്ട്. ബുദ്ധിശക്തി, സൃഷ്ടിപരത, കലാപരമായ കഴിവുകൾ തുടങ്ങിയ സർഗാത്മകകഴിവുകൾ വികസിപ്പിക്കുന്നതിൽ ഗ്ലയൽ കോശങ്ങൾ വലിയ പങ്ക് വഹിക്കുന്നുണ്ടെന്ന് ചില പഠനങ്ങൾ സൂചിപ്പിക്കുന്നുണ്ട്. ന്യൂറോണുകൾ തമ്മിലുള്ള സിനാപ്റ്റിക്ക് ബന്ധം സ്ഥാപിക്കുന്നതിലും സിനാപ്റ്റിക്ക് വിടവിലൂടെയുള്ള രാസസന്ദേശവാഹകരുടെ പ്രവാഹം തടസ്സങ്ങൾ നീക്കി സുഗമമാക്കുന്നതിലും ഗ്ലയൽ കോശങ്ങൾക്ക് പങ്കുണ്ടെന്ന് കണ്ടെത്തിയിട്ടുണ്ട്. ചുരുക്കത്തിൽ ആദ്യകാലത്ത് കരുതിയിരുന്നത് പോലെ കേവലം സംയോജകകലകൾ (Connective Tissue) മാത്രമല്ല ഗ്ലയൽ കോശങ്ങൾ; വളരെ പ്രധാനപ്പെട്ട പല നാഡീധർമങ്ങളും അവ നിർവഹിക്കുന്നുണ്ട്.

നാഡീകോശവിഭജനം

ശരീരത്തിലെ മറ്റ് കോശങ്ങളിൽ നിന്നും വ്യത്യസ്തമായി ജനനത്തിനുശേഷം നാഡീകോശങ്ങൾ വിഭജിച്ച് പുതിയ കോശങ്ങൾ ഉണ്ടാവുന്നില്ല. എന്നാൽ ഓർമശക്തിയുടെ കേന്ദ്രമായി കരുതപ്പെടുന്ന ടെമ്പറൽ ദളത്തിന്റെ ഉൾഭാഗത്തുള്ള ഹിപ്പൊകാമ്പസ് (Hippocampus) എന്ന ഭാഗത്ത് നാഡീകോശങ്ങൾ വിഭജിക്കപ്പെടുന്നതായി കണ്ടെത്തിയിട്ടുണ്ട്.

നാഡികൾ

നിരവധി ആക്സണുകൾ ചേർന്നാണ് നാഡികൾ (Nerves) ഉണ്ടാവുന്നത്. വിവരങ്ങൾ പരിസരത്തിൽ നിന്നും ശരീരത്തിന്റെ ഉള്ളിൽ നിന്നും സ്വീകരിക്കയും അവയോട് ഉചിതമായി പ്രതികരിക്കയും ചെയ്യുക എന്നതാണ് നാഡീവ്യൂഹത്തിന്റെ അടിസ്ഥാനപരമായ കർത്തവ്യം. ഇതിനു സഹായകരമായ രീതിയിൽ രണ്ടുതരം നാഡികളാണ് ശരീരത്തിലുള്ളത്. മസ്തിഷ്കത്തിലേക്ക് വിവരം എത്തിക്കുന്ന സംവേദന നാഡികളും (Sensory Nerves) മസ്തിഷ്കത്തിൽ നിന്നുള്ള നിർദ്ദേശങ്ങൾ പേശികളിൽ എത്തി

ച്ച് അവയെ ചലിപ്പിക്കുന്ന ചാലകനാഡികളും (Motor Nerves). ചില നാഡികൾ ഇവയിൽ എതെങ്കിലും ഒരു ഘടകം മാത്രമുള്ളതായിരിക്കും. എന്നാൽ മിക്കവയും സമ്മിശ്രനാഡികളാണ് (Mixed Nerves). അതായത് സംവേദകനാരുകളും ചാലകനാരുകളുമടങ്ങിയ നാഡികൾ. തലച്ചോറിൽ നിന്നും 12 ജോഡിയും സുഷുമ്നയിൽ നിന്നും 31 ജോഡിയും നാഡികൾ പുറപ്പെടുന്നു.

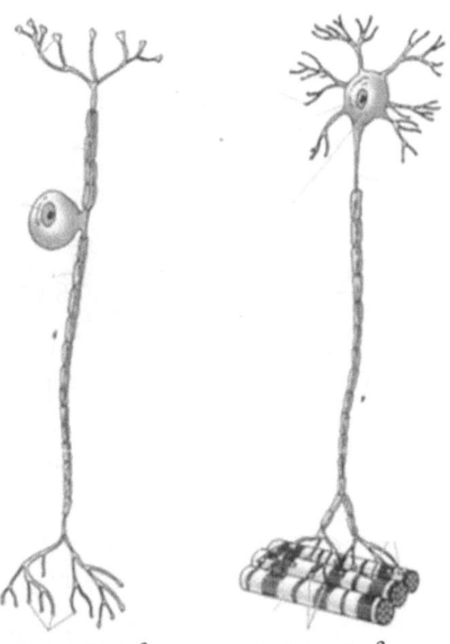

സംവേദന നാഡി ചാലക നാഡി

തലാമസ്

മധ്യമസ്തിഷ്കത്തിനും കോർട്ടക്സിനും ഇടയിലാണ് തലാമസ് (Thalamus) സ്ഥിതിചെയ്യുന്നത്. തലച്ചോറിലേക്ക് വരികയും പോവുകയും ചെയ്യുന്ന എല്ലാ ചാലക (Motor), സംവേദക (Sensory) സന്ദേശങ്ങളുടെയും പ്രസരണകേന്ദ്രമാണ് (Relay Centre) തലാമസ്. വേദന സംവേദനം (Pain Sensation), ഓർമ, ബോധാവസ്ഥ, ജാഗ്രത എന്നിവയുടെ നിർവഹണത്തിലും തലാമസ് പ്രധാന പങ്ക് വഹിക്കുന്നുണ്ട്.

ഹൈപ്പോതലാമസ്

മസ്തിഷ്കത്തിന്റെ അടിയിലുള്ള ചെറുഭാഗമാണിത്. ശരീരത്തിലെ വിവിധ പ്രവർത്തനങ്ങളെ നിരന്തരം നിരീക്ഷിക്കുകയും ഇതരഭാഗങ്ങൾക്ക് നിർദ്ദേശം നൽകയും അടിയന്തിര ഘട്ടത്തിൽ ഇടപെടുകയും ചെയ്യുന്ന സവിശേഷ സ്വഭാവമുള്ള മസ്തിഷ്ക ഭാഗമാണ് ഹൈപ്പോതലാമസ് (Hypothalamus). ശരീരത്തിന്റെ രണ്ട് മുഖ്യ നിയന്ത്രണവ്യൂഹങ്ങളായ മസ്തിഷ്കത്തെയും അന്തഃസ്രാവഗ്രന്ഥികളെയും (Endocrine Glands) യോജിപ്പിക്കുകയും ഏകോപിപ്പിക്കയും ചെയ്യുന്ന കണ്ണിയാണ് ഹൈപ്പോതലാമസ്. അന്തഃസ്രാവഗ്രന്ഥികളുടെയെല്ലാം മേൽനോട്ടം വഹിക്കുന്ന പിറ്റ്യൂട്ടറിഗ്രന്ഥി ഹൈപ്പോതലാമസിന്റെ നിയന്ത്രണത്തിലാണ്. സ്വതന്ത്രനാഡീവ്യൂഹം ഹൈപ്പോതലാമസിന്റെ മേൽനോട്ടത്തിലാണ് പ്രവർത്തിക്കുന്നത്. ശരീരത്തിന്റെ ആന്തരിക പ്രവർത്തനങ്ങളിൽ പലതും

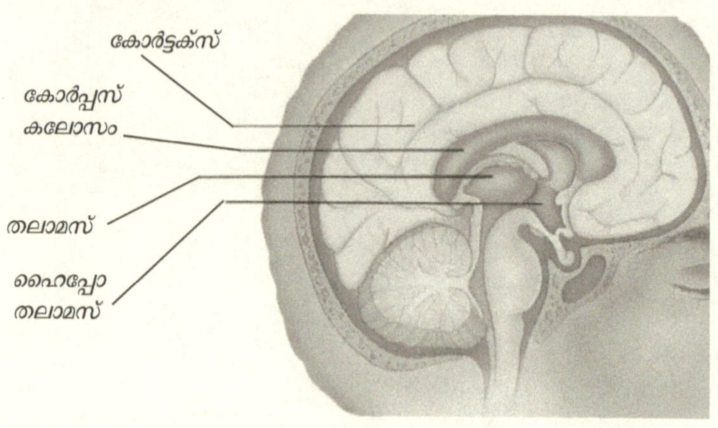

ഹൈപ്പോതലാമസാണ് ക്രമീകരിക്കുന്നത്. വിശപ്പ്, ദാഹം, ഊഷ്മാവ് ഇവയുടെ കേന്ദ്രം ഹൈപ്പോതലാമസിലാണ്. ഇവയിലെല്ലാമുണ്ടാകുന്ന വ്യതിയാനങ്ങളോട് ഹൈപ്പോതലാമസ് ഉചിതമായി പ്രതികരിച്ച് മനുഷ്യ ശരീരത്തെ പ്രതിസന്ധികളിൽ നിന്നും കരകയറ്റുന്നുവെന്ന് പറയാവുന്നതാണ്. ഉദാഹരണത്തിന് വിശപ്പുണ്ടായാൽ ഹൈപ്പോതലാമസ് പല മാർഗങ്ങളിലൂടെ രക്തത്തിലെ ഗ്ലൂക്കോസിന്റെ അളവ് ഉയർത്തുന്നു. ദാഹിക്കുമ്പോൾ ശരീരത്തിൽ നിന്നും ജലം പുറത്തുപോവുന്നത് പരിമിതപ്പെടുത്താൻ ശ്രമിക്കും. ഊഷ്മാവ് വർധിച്ചാൽ വിയർക്കലിലൂടെ ശരീരം തണുപ്പിക്കാൻ ശ്രമിക്കും.

ബേസൽ ഗാംഗ്ലിയ

തലച്ചോറിനുള്ളിലുള്ള നാഡീകോശസമുച്ചയമാണ് ഗാംഗ്ലിയകൾ (Ganglia). ഫ്രോണ്ടൽ ദളത്തിനുള്ളിലുള്ള ഗാംഗ്ലിയയാണ് ബേസൽ ഗാംഗ്ലിയ (Basal Ganglia). കോഡേറ്റ് (Caudate), പുട്ടാമൻ (Putamen), ഗ്ലോബസ് പാലിഡസ് (Globus Pallidus) എന്നീ മൂന്ന് കോശസമുച്ചയങ്ങൾ ചേർന്നതാണ് ബേസൽ ഗാംഗ്ലിയ. കോർട്ടക്സും, തലാമസും, മസ്തിഷ്കദണ്ഡുമായി ബേസൽ ഗാംഗ്ലിയ ബന്ധിപ്പിക്കപ്പെട്ടിരിക്കുന്നു. സെറിബല്ലവുമായി ചേർന്ന് വിരലുകളുടെ ചലനങ്ങൾ പോലുള്ള സൂക്ഷ്മചലനങ്ങളെ (Fine Movements) ക്രമീകരിക്കുന്നത് ബേസൽ ഗാംഗ്ലിയയാണ്. വൈകാരികഭാവങ്ങൾ, അറിവാർജനം (Learning), അവബോധം (Cogn- ition) തുടങ്ങിയ സങ്കീർണമായ ശാരീരിക-മാനസികപ്രതിഭാസങ്ങളുടെ പ്രവർത്തനങ്ങളിലും ബേസൽ ഗാംഗ്ലിയക്ക് ബന്ധമുണ്ട്.

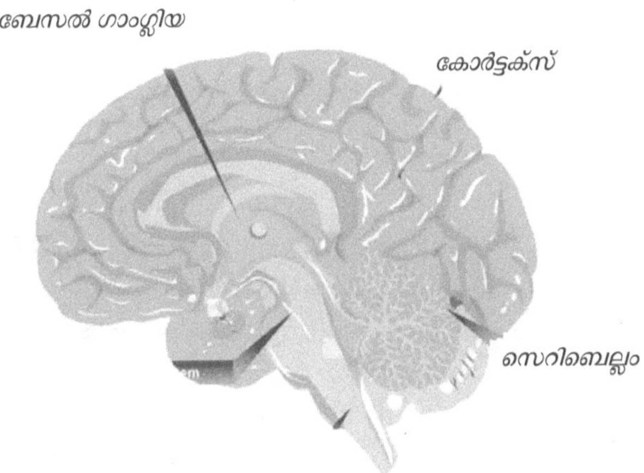

ലിംബിക്ക് വ്യൂഹം

സെറിബ്രത്തിന്റെ അടിയിലായി തലാമസിന്റെ ഇരുവശത്തുമുള്ള തലച്ചോറിന്റെ ഭാഗങ്ങൾ ചേർന്നതാണ് ലിംബിക്ക് വ്യൂഹം. (Limbic System) വികാരങ്ങളുടെയും ദീർഘകാലഓർമയുടെയും ഘ്രാണത്തിന്റെ യും കേന്ദ്രമാണ് ലിംബിക്ക് വ്യൂഹം. പുരാതന മസ്തിഷ്കത്തിന്റെ ഭാഗ മാണ് ലിംബിക്ക് വ്യൂഹം.

പിറ്റ്യൂറ്ററി ഗ്രന്ഥി

തലച്ചോറിന്റെ അടിവശത്ത് ഹൈപ്പോതലാമസിന്റെ തുടർച്ചയായി തലയോടിന്റെ അടിത്തട്ടിലുള്ള സെല്ലറ്റർസിക്ക (Sella Turcica) എന്ന പോടിലാണ് പിറ്റ്യൂറ്ററി ഗ്രന്ഥി (Pituitary Gland) കാണപ്പെടുന്നത്. മനുഷ്യശരീരത്തിലെ എല്ലാ അ

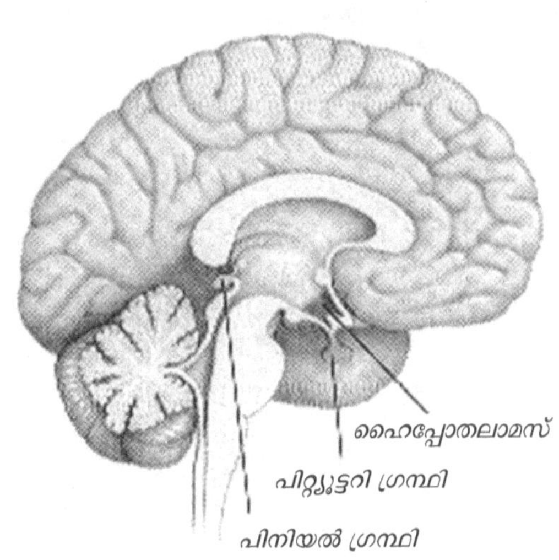

ന്തഃസ്രാവഗ്രന്ഥികളുടെയും മേൽ പിറ്റ്യൂറ്ററിഗ്രന്ഥി ആധിപത്യം വഹിക്കുന്നു. അന്തഃസ്രാവഗ്രന്ഥീവാദ്യവൃന്ദത്തിന്റെ (Endocrine Orchestra) മാർഗദർശിയെന്ന് (Conductor) പിറ്റ്യൂറ്ററിഗ്രന്ഥിയെ ആലങ്കാരികമായി വിശേഷിപ്പിക്കാറുണ്ട്.

പിനിയൽ ഗ്രന്ഥി

മൂന്നാം വെൻട്രിക്കിളിന് പിറകിലായി തലാമസിന്റെ ഇരുഭാഗങ്ങൾക്കിടയിൽ സ്ഥിതിചെയ്യുന്ന വളരെ ചെറിയ അന്തഃസ്രാവഗ്രന്ഥിയാണ് പിനിയൽ ഗ്രന്ഥി. (Pineal Gland). പിനിയൽ ഗ്രന്ഥി മെലറ്റോണിൻ എന്ന ഹോർമോൺ ഉൽപാദിപ്പിക്കുന്നു. ഉറക്കത്തെയും മറ്റ് അന്തർജന്യമായ കർമങ്ങളെയും ദിനംപ്രതി സമയബന്ധിതമായി ക്രമീകരിക്കുന്ന ദൈനികതാളം (Circadian Rhythm) നിശ്ചയിക്കുന്നത് മെലറ്റോണിനാണ്.

മസ്തിഷ്കനാഡികൾ

തലച്ചോറിൽ നിന്നും 12 ജോഡി മസ്തിഷ്കനാഡികൾ (Cranial Nerves) നേരിട്ട് പുറപ്പെടുന്നുണ്ട്. കണ്ണുകൾ, നാവ്, കഴുത്ത്, തോൾ, തൊണ്ട എന്നിവിടങ്ങളിലെ പേശികളുടെ ചലനവും കേൾവി, കാഴ്ച, രുചി, ഘ്രാണം എന്നീ സംവേദനങ്ങളും വിഴുങ്ങൽ പ്രക്രിയയും മസ്തിഷ്കനാഡികളുടെ മേൽനോട്ടത്തിലാണ് നടക്കുന്നത്. കാഴ്ചയുടെയും ഘ്രാണത്തിന്റെയും ചുമതലയുള്ള നാഡികൾ ഫ്രോണ്ടൽ കോർട്ടക്സിൽ നിന്നും മറ്റ് പത്ത് നാഡികൾ മസ്തിഷ്കദണ്ഡിൽ നിന്നും ആരംഭിക്കുന്നു. അക്കത്തിലും പ്രത്യേക പേരിലും മസ്തിഷ്കനാഡികൾ നാമകരണം ചെയ്യപ്പെട്ടിരിക്കുന്നു.

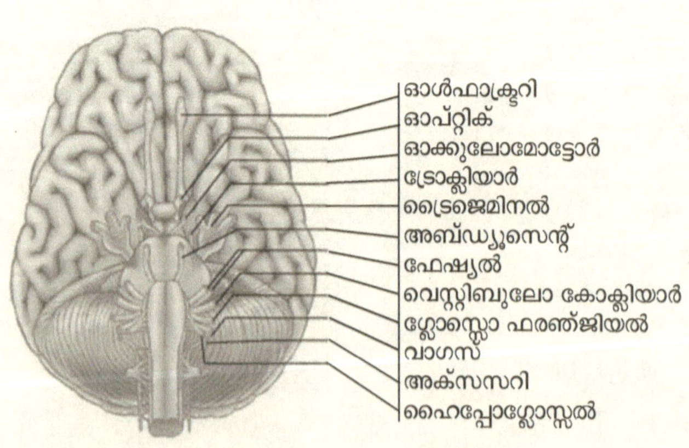

അക്കം	നാഡിയുടെ പേര്	ധർമം
ഒന്ന്	ഓൾഫാക്ടറി (Olfactory)	ഘ്രാണം
രണ്ട്	ഓപ്റ്റിക് (Optic)	കാഴ്ച
മൂന്ന്	ഓക്കുലോമോട്ടോർ (Oculomotor)	കണ്ണുകളുടെയും കൃഷ്ണമണിയുടെയും ചലനം
നാല്	ട്രോക്ലിയാർ (Trochlear)	കണ്ണുകളുടെ ചലനം
അഞ്ച്	ട്രൈജെമിനൽ (Trigeminal)	മുഖഭാഗത്തെ സംവേദനം
ആറ്	അബ്ഡ്യൂസെന്റ് (Abducens)	കണ്ണുകളുടെ ചലനം
ഏഴ്	ഫേഷ്യൽ (Facial)	മുഖത്തെമാംസപേശികളുടെ ചലനം, ഉമിനീരൊഴുക്കൽ
എട്ട്	വെസ്റ്റിബുലോ കോക്ലിയാർ (Vestibulo Cochlear)	കേൾവി, ശരീര സംതുലനം
ഒമ്പത്	ഗ്ലോസ്സോ ഫരഞ്ജിയൽ (Glossopharyngeal)	രുചി, വിഴുങ്ങൽ
പത്ത്	വാഗസ് (Vagus)	ഹൃദയമിടിപ്പ്, ദഹനം
പതിനൊന്ന്	അക്സസറി (Accessory)	തലയുടെ ചലനം
പന്ത്രണ്ട്	ഹൈപ്പോഗ്ലോസ്സൽ (Hypoglossal)	നാവിന്റെ ചലനം

തലയോട്

തലയോട് (Skull) തലച്ചോറിന്റെ സംരക്ഷണകവചമായി പ്രവർത്തിക്കുന്നു. തലയോടിന്റെ ഭാഗമായുള്ള എല്ലുകളിൽ ചിലവ ഇരുഭാഗത്തുമായി ജോടിയായും (Paired) മറ്റ് ചിലത് പൊതുവായും കാണപ്പെടുന്നു. ഫ്രോണ്ടൽ (Frontal), 2 പരൈറ്റൽ (Parietal), 2 ടെമ്പറൽ (Temporal), ഓക്സിപിറ്റൽ (Occipital), സ്ഫിനോയ്ഡ് (Sphenoid), എത്ത്മോയ്ഡ് (Ethmoid) എന്നിങ്ങനെ 8 എല്ലുകളാണ് തലയോടിന്റെ ഭാഗങ്ങൾ. ജോടിയായും ഒറ്റയായും പതിനാല് എല്ലുകളാണ് മുഖത്തിന്റെ ഭാഗത്തുള്ളത്. മാക്സില (Maxilla), നേസൽ (Nasal), സൈഗോമ (Zygoma), മാൻഡിബിൽ (Mandible : താടിയെല്ല്), പാലറ്റൈൻ (Palantine), ലാക്രിമൽ (Lacrimal), വോമർ (Vomer), നേസൽകോംഗൈ (Nasal Concha) എന്നിങ്ങനെ അവയെ നാമകരണം ചെയ്തിരിക്കുന്നു. തലയോടിന്റെ അടി

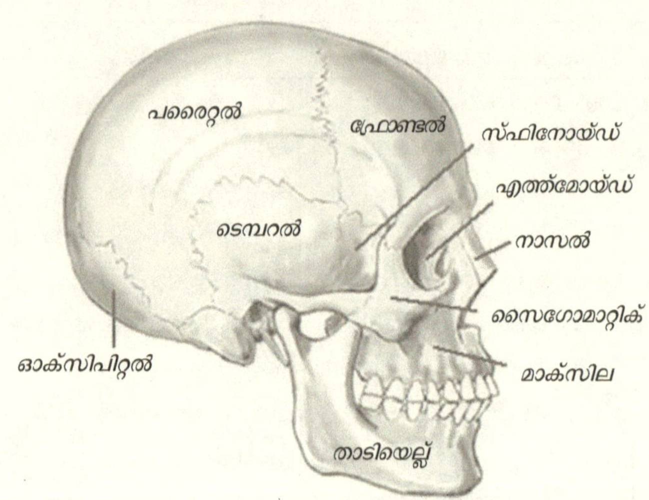

ഭാഗത്തുള്ള ചെറുതും വലുതുമായ സുഷിരങ്ങളിലൂടെ (Foramen) ധമനികളും സിരകളും നാഡികളും പുറത്തേക്ക് വരുന്നു. ഏറ്റവും വലിയ ദ്വാരമായ ഫൊറാമൻ മാഗ്നയിലൂടെയാണ് (Foramen Magnum) സുഷുമ്ന കടന്നുപോവുന്നത്. 33 കശേരുക്കൾക്കുള്ളിലാണ് (Vertebrae) സുഷുമ്ന നിലനിൽക്കുന്നത്.

3

മസ്തിഷ്ക രോഗങ്ങൾ

മനുഷ്യശരീരത്തിലെ മറ്റ് അവയവങ്ങളേക്കാൾ വളരെ സങ്കീർണത കളുള്ള രോഗങ്ങളാണ് നാഡീവ്യൂഹത്തെ ബാധിക്കുന്നത്. മസ്തിഷ്ക ത്തെ നേരിട്ട് ബാധിക്കുന്നവയ്ക്ക് പുറമേ ചില തരത്തിലുള്ള മസ്തിഷ് കരോഗങ്ങൾ മാനസികരോഗങ്ങൾക്കും കാരണമാവുന്നുണ്ട്. സംസാര ത്തെയും ചിന്തയെയും മാനസികപ്രവർത്തനങ്ങളെയും മറ്റും തകരാറി ലാക്കുന്നത് മൂലം പല മസ്തിഷ്കരോഗങ്ങളും രോഗികളുടെ വ്യക്തിത്വ ത്തെ തന്നെ മാറ്റിമറിക്കുന്നു. തലയോടിനുള്ളിൽ അടഞ്ഞ ഇടത്ത് സ്ഥി തിചെയ്യുന്നത് കൊണ്ട് ട്യൂമർ, വീക്കം, രക്തസ്രാവം തുടങ്ങി മസ്തിഷ് കത്തിന്റെ വലുപ്പം വർധിപ്പിക്കുന്ന രോഗങ്ങൾ രക്തചംക്രമണം തടഞ്ഞും മസ്തിഷ്കദണ്ഡിൽ സമ്മർദ്ദം ചെലുത്തിയും രോഗിയുടെ ജീവനെ അ പകടത്തിലാക്കുന്നു. നേത്രനാഡി മസ്തിഷ്കത്തിൽ നിന്നും നേരിട്ടാണാ രംഭിക്കുന്നത്. തന്മൂലം നേത്രനാഡിയിൽ സമ്മർദ്ദം ചെലുത്തുകയും നീർ വീഴ്ചയുണ്ടാക്കുകയും ചെയ്യുന്നതുമൂലം തലച്ചോറിലെ ട്യൂമർ തക്കസ മയത്ത് നീക്കം ചെയ്തില്ലെങ്കിൽ അന്ധതക്ക് കാരണമാവുന്നു.

മസ്തിഷ്കകോർട്ടക്സ് മുതൽ നാഡീതന്തുകളുടെ അഗ്രം വരെ വിവിധ തലങ്ങളിലായി നാഡീവ്യൂഹ രോഗങ്ങളുണ്ടാവാം. അതുകൊണ്ട് മറ്റ് ശരീരഭാഗത്തെ ബാധിക്കുന്ന രോഗനിർണയത്തിൽ നിന്നും വ്യത്യ സ്തമായ സമീപനം മസ്തിഷ്കരോഗത്തിന്റെ കാര്യത്തിൽ ഡോക്ടർ മാർക്ക് സ്വീകരിക്കേണ്ടിവരും. നാഡീവ്യൂഹത്തിൽ എവിടെയാണ് രോഗം എന്ന് കൃത്യമായി നിശ്ചയിക്കേണ്ടതുണ്ട്. വലതുകൈ തളർന്നു എന്ന പരാതിയുമായി ഒരു രോഗി ഡോക്ടറെ കാണുന്നുവെന്ന് കരുതുക. ചാല കകോർട്ടക്സ്, മസ്തിഷ്കദണ്ഡ്, സുഷുമ്ന, കൈയിലെ പേശികളിലെ

നാഡി, പേശികൾ തുടങ്ങി എതുഭാഗത്ത് വരുന്ന രോഗവും കൈയുടെ തളർച്ചക്ക് കാരണമാവാം. അതുകൊണ്ട് രോഗസാധ്യത നാഡീവ്യൂഹത്തിന്റെ ഏത് ഭാഗത്താണ് എന്ന് കൃത്യമായി കണ്ടെത്താതെ നിവൃത്തിയില്ല. രോഗനിർണയത്തിനുള്ള സ്കാനും മറ്റു ടെസ്റ്റുകളും തുടർന്ന് ചികിത്സയും നിർദ്ദേശിക്കുന്നതിനും എവിടെയാണ് രോഗം എന്ന് അറിയേണ്ടതുണ്ട്.

നാഡീവ്യൂഹരോഗനിർണയത്തിനായി ഇപ്പോൾ നിരവധി സങ്കേതങ്ങൾ ലഭ്യമാണ്. എന്നാൽ ഇവയെക്കാളേറെ രോഗി നൽകുന്ന രോഗവിവരങ്ങളാണ് നാഡീവ്യൂഹരോഗനിർണയത്തിന് ഏറ്റവും സഹായകരമായിട്ടുള്ളത്. ഉദാഹരണത്തിന് കൈയുടെ തളർച്ചയോടൊപ്പം സംസാരത്തിന് ബുദ്ധിമുട്ടുകൂടിയുണ്ടെന്ന് രോഗി പറഞ്ഞാൽ രോഗം കോർട്ടക്സിലാണെന്ന് കരുതേണ്ടിവരും. അതിരാവിലെയുള്ള തലവേദനയും അതോടൊപ്പമുള്ള മനംപുരട്ടലില്ലാത്ത ഛർദ്ദിയും തലച്ചോറിലെ ട്യൂമറുള്ളപ്പോഴാണ് സാധാരണ കാണുന്നത്. കണ്ണുകളുടെ ചലനവൈകല്യവും ഇരട്ടക്കാഴ്ചയും (Double Vision) മസ്തിഷ്കദണ്ഡിലെ രോഗങ്ങൾ മൂലമുണ്ടാവാനാണ് സാധ്യത. സെറിബല്ലത്തിൽ രോഗം വരുമ്പോഴാണ് ശരീരത്തിന്റെ ബാലൻസ് നഷ്ടപ്പെടുന്നത്. രോഗ സാധ്യത നാഡീവ്യൂഹത്തിന്റെ ഏത് ഭാഗത്താണെന്ന് രോഗചരിത്രത്തിൽ നിന്നും മനസ്സിലാക്കിവേണം വിശദമായ പരിശോധന നടത്തി ഉചിതമായ ടെസ്റ്റുകളും മറ്റും നിർദ്ദേശിക്കാൻ. തന്മൂലം രോഗലക്ഷണങ്ങളെ സംബന്ധിച്ച് വിശദമായ വിവരങ്ങൾ രോഗി ഡോക്ടർക്ക് നൽകേണ്ടതാണ്. പൊതുവേ പറഞ്ഞാൽ മസ്തിഷ്കരോഗനിർണയത്തിനായി 50% വിവരങ്ങൾ രോഗവിവരണത്തിൽ നിന്നും, 30% വിവരങ്ങൾ ശരീരപരിശോധനയിൽ നിന്നും, 20% വിവരങ്ങൾ രോഗനിർണയ സങ്കേതങ്ങളിൽ നിന്നുമാണ് ഡോക്ടർമാർക്ക് ലഭിക്കുന്നത്.

മനുഷ്യശരീരത്തെ ബാധിക്കുന്ന മിക്ക രോഗങ്ങളെയും ജന്മവൈകല്യങ്ങൾ (Congenital Disorders), രക്തക്കുഴലുകളുടെ രോഗങ്ങൾ (Vascular Diseases), രോഗാണുബാധ (Infections), ട്യൂമറുകൾ (Tumours), ഓട്ടോ ഇമ്യൂൺ രോഗങ്ങൾ (Autoimmune Diseases), തേയ്മാനരോഗങ്ങൾ (Degenerative Diseases), പരിക്കുകൾ (Injury) എന്നീ വിഭാഗത്തിൽപ്പെടുത്താവുന്നതാണ്. ഈ വിഭാഗത്തിലെല്ലാം മസ്തിഷ്കരോഗങ്ങളുമുണ്ട്. അവയെല്ലാം പരിചയപ്പെടുത്താൻ ശ്രമിക്കുന്നില്ല. പ്രധാനപ്പെട്ട ചില രോഗങ്ങളെക്കുറിച്ചുള്ള വിവരങ്ങൾ നൽകാൻ ശ്രമിക്കാം. തലച്ചോറിനെപ്പറ്റി ചിന്തിക്കുമ്പോൾ ആദ്യം മനസ്സിൽ വരുന്ന രണ്ട് രോഗലക്ഷണങ്ങൾ തലവേദനയും അപസ്മാരവുമാണല്ലോ? അതുകൊണ്ട് ഇവയെപ്പറ്റി വിശദീകരിച്ച് തുടങ്ങാം.

തലവേദന

സർവസാധാരണമായൊരു രോഗലക്ഷണമാണ് തലവേദന. പ്രായ ഭേദമെന്യേ എല്ലാവരിലും തലവേദന പലപ്പോഴായി പ്രത്യക്ഷപ്പെടാറുണ്ട്. ഭാഗ്യവശാൽ തലവേദനകളിലധികവും നിസ്സാരകാരണങ്ങൾ കൊണ്ടു ണ്ടാകുന്നവയാണ്. ചിലവയ്ക്ക് മാത്രമേ ചികിത്സ തന്നെ വേണ്ടിവരിക യുള്ളു. കുറച്ചിനം തലവേദനകൾ മാത്രമാണ് ഗൗരവമായ കാരണങ്ങൾ മൂലം ഉണ്ടാകുന്നത്. എല്ലാതരം തലവേദനകളും തലച്ചോറിലെ തകരാ റുമൂലമാണെന്ന ധാരണ നിലവിലുണ്ട്. അതുകൊണ്ട് തലവേദന വ ന്നാലുടനെ ന്യൂറോളജിസ്റ്റിനെ കാണാനാണ് പലരും ശ്രമിക്കുന്നത്. ര ക്താതിമർദ്ദവും (Hypertension), സെർവിക്കൽ സ്പോൺഡിലോസിസു മാണ് (കഴുത്തിലെ അസ്ഥികൾ ദ്രവിക്കൽ - Cervical Spondylosis) പ്രാ യാധിക്യമുള്ളവരിലും മധ്യവയസ്കരിലുമുണ്ടാകുന്ന തലവേദനയ്ക്കു ള്ള പ്രധാന കാരണങ്ങൾ. കണ്ണിന്റെ പ്രശ്നങ്ങളും, സൈനസ്സിലെ പഴു പ്പുമാണ് (Sinusitis) ചെറുപ്പക്കാരിൽ സാധാരണ തലവേദനയുണ്ടാക്കു ന്നത്. മാനസികസംഘർഷം എല്ലാ പ്രായക്കാരിലും തലവേദനയ്ക്ക് കാ രണമാവാം. ഇതൊന്നും തലച്ചോറിന്റെ തകരാറുകാരണം സംഭ വിക്കുന്നവയല്ല.

എന്നിരുന്നാലും ചിലതരം തലവേദനകൾ തലച്ചോറുമായി ബന്ധ മുള്ളവയാണ്. ഉദാഹരണത്തിന് ചെന്നിക്കുത്ത് (Migraine), മസ്തിഷ്

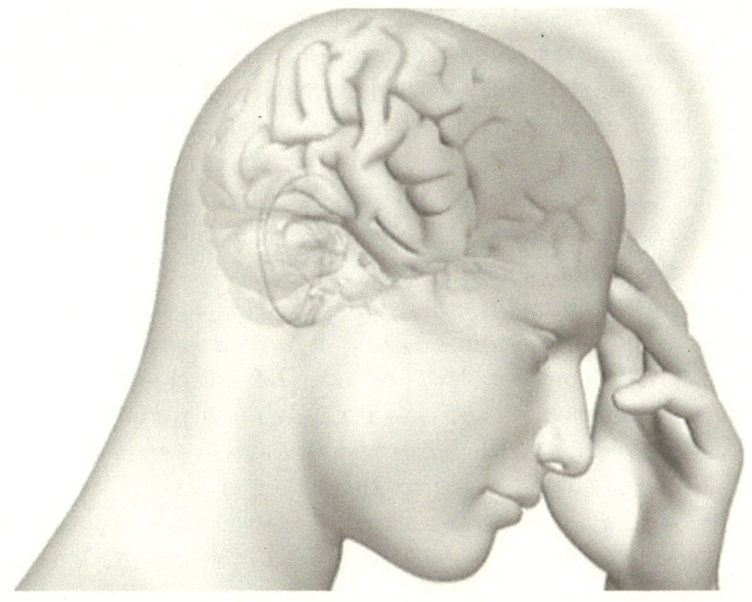

കട്യൂമർ, തലച്ചോറിലെ രക്തധമനികളിലെ അന്യൂറിസം (ധമനിവീക്കം: Aneurysm), മെനിഞ്ചൈറ്റിസ് അഥവാ മസ്തിഷകജ്വരം (തലച്ചോറിലെ ആവരണങ്ങളുടെ പഴുപ്പ് : Meningitis) എന്നിവയുടെ പ്രത്യക്ഷലക്ഷണമായി തലവേദന ഉണ്ടാവാറുണ്ട്. എന്നാൽ ഇത്തരം ഗുരുതരമായ തലവേദനയുള്ളവരിൽ മറ്റ് രോഗലക്ഷണങ്ങൾ കൂടി കാണാൻ കഴിയും. തലവേദനയുണ്ടാകുന്നവർ ആദ്യം ഒരു ജനറൽ ഫിസിഷ്യനെ കണ്ട് പരിശോധനകൾ നടത്തുന്നതാണ് ഉചിതം. ഡോക്ടർ നിർദ്ദേശിക്കുന്നതനുസരിച്ച് ആവശ്യമെങ്കിൽ സപെഷലിസ്റ്റുകളെ കൺസൽട്ട് ചെയ്താൽ മതിയാവും.

തലയോടും തലച്ചോറും വേദന അറിയുന്നില്ല എന്നതാണ് രസകരമായ കാര്യം. തലച്ചോറിന്റെ ആവരണങ്ങളും, രക്തധമനികളും മസ്തിഷ്കനാഡികളും തലയോടിന് പുറത്തുള്ള തൊലിയും അവയിലെ കോശങ്ങളും പേശികളുമാണ് വേദനയോട് സംവേദനക്ഷമതയുള്ള തലയുടെ ഭാഗങ്ങൾ. പേശികളുടെ ചുരുക്കവും നാഡികളുടെയും വലിച്ചിലും രക്തധമനികളുടെ വികാസവും ചുരുക്കവും വേദനയുണ്ടാക്കുന്നു. തലച്ചോറിലെ ട്യൂമറുകൾ സംവേദനക്ഷമമായ നാഡികളിലും മറ്റും നേരിട്ട് സമ്മർദ്ദം ചെലുത്തുന്നത് കൊണ്ടും തലയോടിനുള്ളിലെ മർദ്ദം വർധിപ്പിക്കുന്നത് കൊണ്ടുമാണ് വേദനയുണ്ടാകുന്നത്.

കൂടുതൽ ആളുകളിൽ കാണപ്പെടുന്ന തലവേദന മാനസികപിരിമുറുക്കവും വൈകാരികപ്രശ്നങ്ങളും മൂലമുണ്ടാകുന്ന ടെൻഷൻ തലവേദനയാണ് (Tension Headache). യാതൊരു മുന്നറിയിപ്പുമില്ലാതെ വരികയും പെട്ടെന്ന് മാറുകയും ചെയ്യുന്ന തലവേദനയാണ് ക്ലസ്റ്റർ തലവേദന (Cluster Headache). സൈനസൈറ്റിസ്, പല്ല്, ചെവി, കണ്ണ് എന്നിവയിലെ രോഗാണുബാധമൂലമുണ്ടാകുന്ന തലവേദനയാണ് ഇൻഫെക്ഷൻ തലവേദന. പല മരുന്നുകളും തലവേദനയുണ്ടാക്കാറുണ്ട്. ഹൃദ്രോഗികൾക്ക് നൽകി വരുന്ന നൈട്രേറ്റുകൾ പ്രധാനപ്പെട്ട ഒരു ഉദാഹരണമാണ്. മദ്യവും വൈനുമൊക്കെ രക്തധമനികൾ വികസിപ്പിക്കുന്നത് തലവേദനക്ക് കാരണമാവാം.

കൊടിഞ്ഞി, ചെന്നിക്കുത്ത് എന്നെല്ലാം വിളിക്കുന്ന മൈഗ്രേൻ തലവേദന എല്ലാ പ്രായത്തിലും കാണുന്ന ശക്തമായ തലവേദനകളിലൊന്നാണ്. ചെന്നിക്കുത്തിന്റെ ഒരു പ്രത്യേകത വേദന ആരംഭിക്കുന്നതിന് മുൻപ് പലതരം മുന്നറിയിപ്പുകൾ ലഭിക്കുന്നു എന്നതാണ്. സാധാരണ കണ്ണിനുമുന്നിൽ തേജോഗോളങ്ങൾ പോലെ പല തരത്തിലുള്ള ദൃശ്യബിംബങ്ങൾ പ്രത്യക്ഷപ്പെടുന്നു. പിന്നീട് കാഴ്ച മങ്ങുന്നു. തുടർന്ന് മിക്കപ്പോഴും തലയുടെ പകുതിഭാഗത്തായി ശക്തമായ വേദന ഉണ്ടാകുന്നു. ചിലരിൽ ഛർദ്ദിയും കാണപ്പെടുന്നു. തക്കസമയത്ത് ചികിത്സിച്ചി

ല്ലെങ്കിൽ മൂന്നുദിവസം വരെ തലവേദന വിടാതെ പിടികൂടും. സെറോടോണിൻ (Serotonin) എന്ന നാഡീപ്രേഷകങ്ങളുടെ അളവ് ശരീരത്തിൽ കുറയുമ്പോൾ ചിലതരം പെപ്റ്റൈഡുകൾ പ്രവഹിക്കുകയും തുടർന്ന് തലച്ചോറിലെ രക്തക്കുഴലുകൾ വികസിക്കുകയും ചുരുങ്ങുകയും ചെയ്യുന്നതാണ് മൈഗ്രേന്റെ കാരണമായി ചൂണ്ടികാണിക്കപ്പെടുന്നത്. മാസത്തിൽ ഒന്നിലധികം പ്രാവശ്യം മൈഗ്രേൻ വരുന്നവർക്കായി പ്രതിരോധമരുന്നുകളും, തലവേദന വരുന്നതിന്റെ സൂചന ലഭിക്കുന്ന അവസരത്തിൽ കഴിക്കാനുള്ള മരുന്നുകളും, തലവേദന ശമിപ്പിക്കുന്നതിനുള്ള മരുന്നുകളും ഇപ്പോൾ ലഭ്യമാണ്. ക്ഷമയോടെ ഇത്തരം മരുന്നുകൾ ഉചിതമായി ഉപയോഗിച്ചാൽ മൈഗ്രേൻ നിയന്ത്രിച്ച് നിർത്താനാവും. മൈഗ്രേൻ പ്രവണതകൾ ഉള്ളവർ ടിറാമൈൻ (Tyramine) എന്ന രാസവസ്തു അടങ്ങിയ പാൽക്കട്ടി, ചോക്ലേറ്റ്, ഉണക്കമീൻ, ബീയർ, ചുവന്ന വൈൻ എന്നിവ ഒഴിവാക്കുന്നതാണ് നല്ലത്. അതുപോലെ നൈട്രേറ്റുകളും മോണോസോഡിയം ഗ്ലൂട്ടാമേറ്റും അടങ്ങിയതും പ്രോസസ്സ് ചെയ്ത് പാക്കറ്റിൽ വിൽക്കുന്ന ഭക്ഷണപദാർത്ഥങ്ങളും ഒഴിവാക്കേണ്ടതാണ്.

അഞ്ചാം മസ്തിഷ്കനാഡിയായ ട്രൈജെമിനൽ നാഡിയുമായി ബന്ധപ്പെട്ട് മുഖത്ത് പ്രത്യക്ഷപ്പെടുന്നതും എതാനും സെക്കന്റുകളോ മിനിട്ടുകളോ മാത്രം നീണ്ടുനിൽക്കുന്നവയാണെങ്കിലും അസഹ്യമായ വേദനയുണ്ടാക്കുന്ന രോഗമാണ് ട്രൈജെമിനൽ ന്യൂറാൾജിയ (Trigeminal Neuralgia). മരുന്നുകളുപയോഗിച്ച് ഒരു പരിധിവരെ നിയന്ത്രിക്കാൻ കഴിയുന്ന രോഗമാണിത്. മരുന്നുകൾ ഫലപ്രദമല്ലാത്തപ്പോൾ ശസ്ത്രക്രിയാരീതികളും റേഡിയോ ഫ്രീക്വൻസി തെർമോകൊയാഗുലേഷനും (Radio frequency Thermocoagulation) വഴി രോഗശമനം കൈവരിക്കാൻ കഴിയും. ഒമ്പതാം മസ്തിഷ്കനാഡിയെ ബാധിക്കുന്ന ഗ്ലോസോഫരഞ്ചിയൽന്യൂറാൽജിയ (Glossopharyngeal Neuralgia) തൊണ്ടയിലും ചെവിയിലും വേദനയുണ്ടാകുന്ന അപൂർവമായി കാണപ്പെടുന്ന മരുന്നോ ശസ്ത്രക്രിയയോ വഴി ചികിത്സിച്ച് ഭേദപ്പെടുത്താൻ കഴിയുന്നതുമായ രോഗമാണ്.

തലച്ചോറിന്റെ രോഗങ്ങളുമായി ബന്ധപ്പെട്ടുണ്ടാവുന്ന തലവേദനക്ക് ചില പ്രത്യേകതകൾ കാണാറുണ്ട്. മുമ്പ് തലവേദനയുണ്ടാകാത്ത ഒരാളിലുണ്ടാകുന്ന പെട്ടെന്നുള്ള തലവേദന, സ്ഥിരമായുള്ള തലവേദനയുടെ സ്വഭാവത്തിലുണ്ടാവുന്ന മാറ്റം, ഉറക്കത്തിൽ നിന്നുണർത്തുന്ന വേദന, മോഹാലസ്യവുമായി ബന്ധപ്പെട്ടുണ്ടാകുന്ന വേദന, തലവേദനയോടൊപ്പം സ്വഭാവത്തിലും പെരുമാറ്റത്തിലും ഓർമയിലും മാറ്റങ്ങൾ ഉണ്ടാവൽ തുടങ്ങിയ രോഗലക്ഷണങ്ങൾ തലച്ചോറിലെ രോഗസാധ്യതയിലേക്ക് വിരൽ ചൂണ്ടുന്നു. ഇത്തരം സന്ദർഭങ്ങളിൽ നിർബന്ധമായും വൈദ്യസഹായം അടിയന്തിരമായി തേടേണ്ടതാണ്.

അപസ്മാരം

ചരിത്രാതീതകാലം മുതൽ അറിയപ്പെടുന്ന രോഗമാണ് അപസ്മാരം. വിശ്വവിഖ്യാതരായ പലരെയും അപസ്മാരം ബാധിച്ചിരുന്നതായി രേഖപ്പെടുത്തിയിട്ടുണ്ട്. സോക്രട്ടീസ്, അലക്സാണ്ടർ, നെപ്പോളിയൻ, ജൂലിയസ് സീസർ, ബ്ലെയ്സ് പാസ്ക്കൽ, ദസ്തയോവ്സ്കി തുടങ്ങിയ പ്രതിഭാശാലികളെ അപസ്മാരം ബാധിച്ചിരുന്നതായി കരുതപ്പെടുന്നു. എങ്കിലും പൊതുജനങ്ങൾക്കിടയിൽ അപസ്മാരത്തെ സംബന്ധിച്ചുള്ള ഭയവും തെറ്റിദ്ധാരണകളും അന്ധവിശ്വാസങ്ങളും ഇപ്പോഴും നിലനിൽക്കുന്നുണ്ട്.

മസ്തിഷ്കത്തിലെ വൈദ്യുതതരംഗങ്ങളിലുണ്ടാവുന്ന വ്യതിയാനമാണ് അപസ്മാരരോഗത്തിന് കാരണമാകുന്നത്. തലച്ചോറിലെ ചില ന്യൂറോണുകൾ അമിതമായ ഉത്തേജനത്തിന് വിധേയമാവുന്നതുകൊണ്ടാണ് ഇങ്ങനെ സംഭവിക്കുന്നത്. ഇത് പേശികളുടെ ക്രമം തെറ്റിയതും

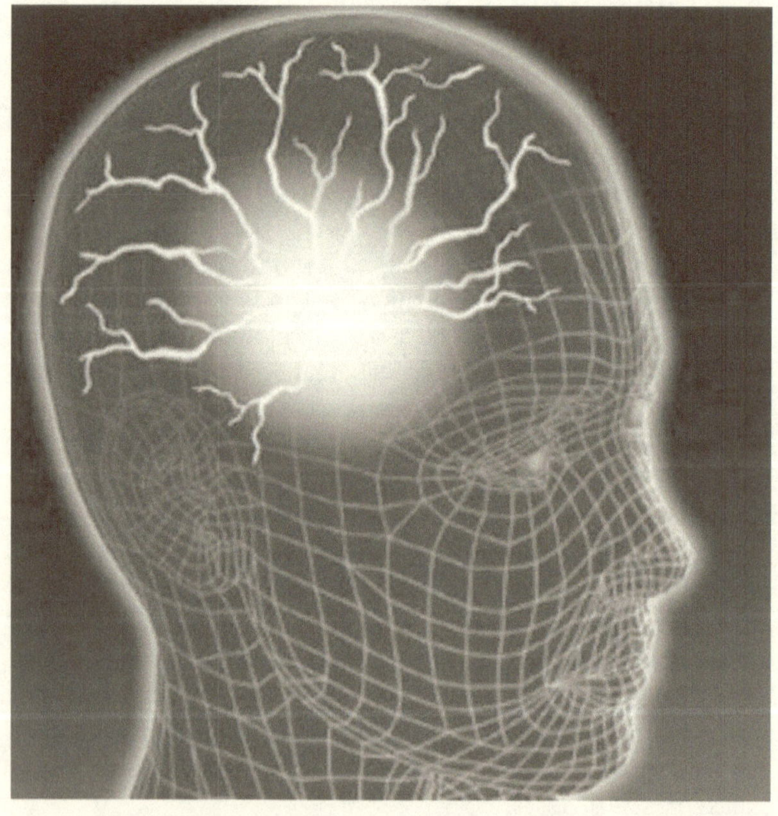

അനിയന്ത്രിതവും ശക്തവുമായ ചലനങ്ങൾക്കും ബോധം നശിക്കുന്നതിനും ഇടയാക്കും. ജനിതകപരമായ പ്രത്യേകതകൾ മൂലമോ മസ്തിഷ്കസംബന്ധിയായ അസുഖങ്ങൾ മൂലമോ അപസ്മാരരോഗബാധ ഉണ്ടാകാം. ഗർഭസ്ഥാവസ്ഥയിലും പ്രസവസമയത്തും ഉണ്ടാവുന്ന ശിശുക്കളുടെ മസ്തിഷ്ക ക്ഷതം, അപകടത്തിൽ പരിക്കുപറ്റുമ്പോൾ തലയ്ക്കുണ്ടാകുന്ന പരിക്ക്, അമിതമായ മദ്യപാനം, മയക്കുമരുന്നുകളുടെ ഉപയോഗം എന്നിവയെല്ലാം അപസ്മാരത്തിന് കാരണമാവാം. തലച്ചോറിലുണ്ടാവുന്ന ചിലതരം ട്യൂമറുകൾ, അണുബാധ, രക്തസ്രാവം, പക്ഷാഘാതം തുടങ്ങിയ രോഗങ്ങളുള്ളവരിലും അപസ്മാരരോഗലക്ഷണം പ്രത്യക്ഷപ്പെടാറുണ്ട്. പ്രത്യേകിച്ച് കാരണങ്ങൾ ഒന്നും ഇല്ലാതെയുണ്ടാവുന്ന, സാധാരണ കാണപ്പെടുന്ന അപസ്മാരത്തെ ഇഡിയോപതിക് എപ്പിലപ്സി (അനന്യകാരണ അപസ്മാരം : Idiopathic Epilepsy) എന്നാണ് വിശേഷിപ്പിക്കുന്നത്.

ഗ്രാൻഡ് മാൽ (Grand mal), പെറ്റിറ്റ് മാൽ (Petit mal), സൈക്കോമോട്ടോർ - ടെമ്പറൽ ലോബ് (Pychomotor - Temporal Lobe), മയോക്ലോണസ് (Myoclonus), ഇൻഫന്റൈൽ സ്പാസം (Infantile Spasm), റിഫ്ളക്സ് എപ്പിലെപ്സി (Reflex Epilepsy) എന്നിങ്ങനെ പലതരത്തിലുള്ള അപസ്മാരരോഗങ്ങളുണ്ട്. അപസ്മാരരോഗങ്ങളുടെ നാമകരണത്തിലും തരംതിരിവിലും മറ്റും അതിനായി നിയോഗിക്കപ്പെട്ട അന്തരാഷ്ട്രസമിതി ഇടയ്ക്കിടെ മാറ്റങ്ങൾ വരുത്താറുണ്ട്. ഗ്രാൻഡ് മാൽ അപസ്മാരത്തെ, ജനറലൈസ്ഡ് റ്റോണിക്ക് ക്ലോണിക്ക് അപസ്മാരമെന്നും (Generalised Tonic Clonic Seizure), ടെമ്പറൽലോബ് അപസ്മാരത്തെ കോമ്പ്ളക്സ് പാർഷ്യൽ അപസ്മാരമെന്നും (Complex Partial Seizure), പെറ്റിറ്റിമാൽ അപസ്മാരത്തെ ആബ്സെൻസ് അപസ്മാരമെന്നും (Absence Seizure) പുനർനാമകരണം ചെയ്തിട്ടുണ്ട്.

സാധാരണ കാണാറുള്ള അപസ്മാരം ഗ്രാൻഡ് മാൽ വിഭാഗത്തിൽപ്പെട്ടതാണ്. ഇത്തരം അപസ്മാരത്തിന്റെ തുടക്കത്തിൽ രോഗി അല്പസമയം ചലനമൊന്നുമില്ലാതെയും യാതൊന്നും ശ്രദ്ധിക്കാതെയുമിരിക്കുന്നു. തുടർന്ന് കൈകളും കാലുകളും മുഖവും കോച്ചിവലിക്കുന്നു. വായിൽ നിന്നു നുരയും പതയും വരും. അതിനുശേഷം കുറേ സമയം രോഗി ബോധരഹിതമായിരിക്കും. ഉണർന്ന് എഴുന്നേല്ക്കുമ്പോൾ കഴിഞ്ഞതൊന്നും ഓർമ കാണില്ല. ചിലപ്പോൾ തലവേദനയും കാണും. ശരീരത്തിന്റെ ഒരുഭാഗത്ത് മാത്രമായോ മൊത്തമായോ ഈ രോഗം ബാധിക്കാം. ഏതെല്ലാം ഭാഗങ്ങളിൽ കോച്ചിവലിക്കൽ വരുന്നു എന്നതനുസരിച്ച് തലച്ചോറിലെ ഏതുഭാഗമാണ് രോഗത്തിനു കാരണം എന്നു മനസ്സിലാക്കാൻ കഴിയും. സൈക്കോമോട്ടോർ അപസ്മാരം ശബ്ദം, ദൃശ്യം, മ

ണം എന്നിങ്ങനെ പലതരത്തിലുള്ള വിചിത്രങ്ങളായ ഇന്ദ്രിയാനുഭവങ്ങളോടെയാണ് ആരംഭിക്കുന്നത്. തുടർന്ന് ബോധം നഷ്ടപ്പെടുകയും ഗ്രാൻഡ് മാൽ അപസ്മാരത്തിലേത് പോലുള്ള ലക്ഷണങ്ങൾ പ്രത്യക്ഷപ്പെടുകയും ചെയ്യുന്നു. അപസ്മാരത്തിന്റെ തുടക്കത്തിൽ പ്രത്യക്ഷപ്പെടുന്ന രോഗലക്ഷണങ്ങളെ ഓറ (പൂർവലക്ഷണം: Aura) എന്നാണ് വിശേഷിപ്പിക്കുന്നത്. പെറ്റിറ്റ് മാൽ (അഭാവസന്നി) അപസ്മാരത്തിൽ രോഗിക്ക് അല്പനേരം ബോധക്കുറവുണ്ടാവുക മാത്രമാണ് സംഭവിക്കുക. എതാനും നിമിഷങ്ങൾ ലോകവുമായി ബന്ധം വിട്ടുപോകുന്ന അവസ്ഥ. കുട്ടികളിലാണ് അഭാവസന്നി കൂടുതലായി കാണുന്നത്.

അപസ്മാരരോഗത്തെ മറ്റു സമാനഅസുഖങ്ങളിൽ നിന്ന് വേർതിരിക്കേണ്ടതുണ്ട്. മാനസികമായ സമ്മർദ്ദങ്ങൾ ഉള്ളവരിലും പ്രമേഹരോഗികളിലും രക്തത്തിലെ പഞ്ചസാരയുടെ അളവ് അമിതമായി വർധിക്കുമ്പോൾ, അപസ്മാരത്തോട് സമാനമായ ലക്ഷണങ്ങൾ കണ്ടുവെന്ന് വരാം. പനി കൂടുമ്പോൾ ചില കുട്ടികളിൽ അപസ്മാരസദൃശമായ രോഗലക്ഷണങ്ങളോ അപസ്മാരം തന്നെയോ ഉണ്ടാകാം. ഇങ്ങനെയുള്ള കുട്ടികളിൽ പനി അമിതമാവാതിരിക്കാൻ ശ്രദ്ധിക്കേണ്ടതാണ്. ഇലക്ട്രോഎൻസെഫലോഗ്രാഫ് (ഇ.ഇ.ജി) ഉപയോഗിച്ചു തലച്ചോറിൽ നിന്നു പുറപ്പെടുന്ന വൈദ്യുതതരംഗങ്ങൾ രേഖപ്പെടുത്തുകയാണെങ്കിൽ അവ

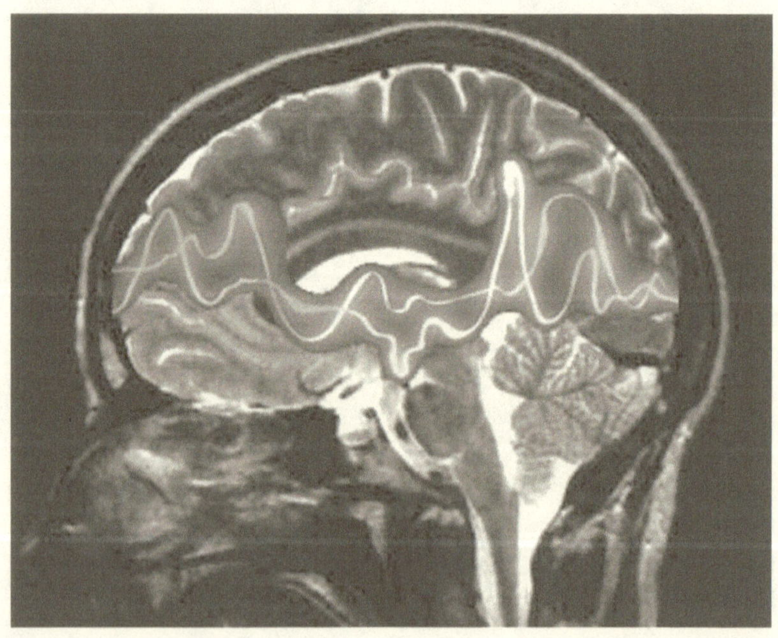

യുടെ താളക്രമത്തിലുള്ള വ്യത്യാസം മനസ്സിലാക്കി അപസ്മാരരോഗം നിർണയിക്കാനും ഏതു തരത്തിൽപ്പെട്ടതാണെന്ന് മനസ്സിലാക്കി ചികിത്സ നിശ്ചയിക്കാനും കഴിയും. തലച്ചോറിൽ മറ്റ് രോഗങ്ങളില്ലെന്ന് ഉറപ്പുവരുത്തുന്നതിനായി സി.ടി, എം. ആർ.ഐ സ്കാൻ തുടങ്ങിയ പരിശോധനകൾ ചില രോഗികളിൽ വേണ്ടിവന്നേക്കാം.

പതിവായി മരുന്നുകഴിച്ചാൽ അപസ്മാരരോഗം വലിയൊരളവ് വരെ നിയന്ത്രിച്ച് നിർത്താനാവും. മുടക്കമില്ലാതെ മരുന്ന് കഴിക്കാനും ഇടക്കിടെ ഡോക്ടറെ കണ്ട് രോഗവിവരങ്ങൾ നൽകാനും ശ്രദ്ധിക്കേണ്ടതാണ്. ഒറ്റമൂലി ചികിത്സക്കും മറ്റും പോയി മരുന്ന് മുടക്കുന്നത് കൊണ്ടാണ് പലപ്പോഴും രോഗം നിയന്ത്രിക്കാൻ കഴിയാതെ പോവുന്നത്. മരുന്നുകൊണ്ട് ചികിത്സിച്ച് ഭേദപ്പെടുത്താൻ കഴിയാതെ വരുന്ന ചില രോഗികളെ മസ്തിഷ്കശസ്ത്രക്രിയയ്ക്ക് വിധേയരാക്കാറുണ്ട്. മസ്തിഷ്കത്തിലെ ചില ഭാഗങ്ങൾ നീക്കം ചെയ്യുക, വാഗസ് നാഡിയെയും സെറിബല്ലത്തെയും ഉദ്ദീപിപ്പിക്കുക (Vagal, Cerebellar Stimulations) തുടങ്ങിയ ശസ്ത്രക്രിയാരീതികളാണ് പ്രയോഗത്തിലുള്ളത്. മസ്തിഷ്കത്തിൽ വിദ്യുത്തരംഗങ്ങൾക്ക് വ്യതിയാനമുണ്ടാകുന്ന ഭാഗങ്ങളെ ഉദ്ദീപനത്തിലൂടെ ക്രമാനുസൃതമാക്കി അപസ്മാരം തടയുന്ന റെസ്പോൺസീവ് ന്യൂറോ സ്റ്റിമുലേഷൻ ഡിവൈസ് (Responsive Neurostimulation Device : RNS) എന്നൊരു ചികിത്സാസങ്കേതം പരീക്ഷിച്ച് നോക്കുന്നുണ്ട്.

രക്തക്കുഴലുകളുടെ രോഗങ്ങൾ (Vascular Diseases)

രക്തധമനികൾ അടഞ്ഞുപോകുമ്പോൾ ഹൃദയാഘാതം (Heart Attack) സംഭവിക്കുന്നത് പോലെ മസ്തിഷ്കത്തിലേക്കുള്ള രക്തക്കുഴലുകൾ അടഞ്ഞ് രക്തയോട്ടം നിലയ്ക്കുന്ന രോഗമാണ് മസ്തിഷ്കാഘാതം (Cerebral Thrombosis). കഴുത്തിലെ കരോട്ടിഡ് ധമനി മുതൽ തലച്ചോറിലെ ചെറിയ വലുപ്പത്തിലുള്ള സെറിബ്രൽ ആർട്ടറികൾ വരെ ഭാഗികമായോ പൂർണമായോ അടഞ്ഞുപോകാം. കൊളസ്റ്ററോളും രക്തകോശങ്ങളും രക്തക്കുഴലിൽ അടിഞ്ഞുകൂടിയുണ്ടാവുന്ന അതിറോസ്കിളറോസിസിന്റെ (Atherosclerosis) ഫലമായിട്ട്, രക്തം കട്ടപിടിച്ച് ത്രോംബസ് (Thrombus) രൂപീകരിക്കപ്പെട്ട്, രക്തപ്രവാഹം തടസ്സപ്പെടുന്നതാണ് ഈ രോഗാവസ്ഥയുടെ അടിസ്ഥാനകാരണം പലപ്പോഴും മസ്തിഷ്കത്തിന്റെ ഇടതുഭാഗത്തെ രക്തക്കുഴലുകൾക്കാണിത് സംഭവിക്കുന്നത്. അതുകൊണ്ട് വലതുഭാഗത്തെ കൈകാൽ തളർച്ചയുണ്ടാവുകയും സംസാരശേഷി നഷ്ടപ്പെടുകയും ചെയ്യുന്നു. ഹൃദയാഘാതത്തിന്റെ കാര്യത്തിലെന്ന പോലെ പ്രമേഹം, രക്താതിമർദ്ദം, രക്തത്തിൽ കൊ

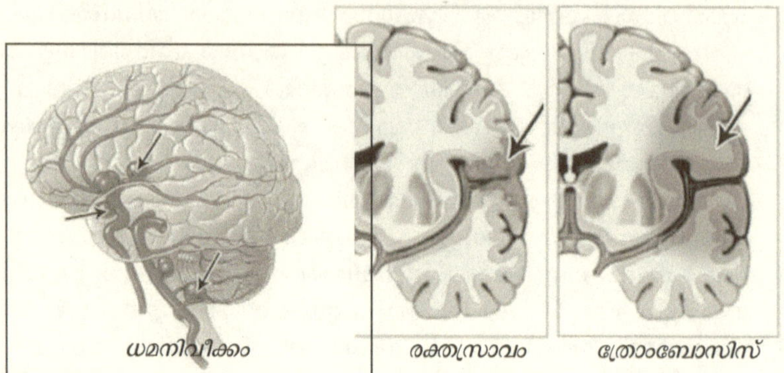
ധമനിവീക്കം രക്തസ്രാവം ത്രോംബോസിസ്

ളസ്റ്ററോൾ വർധന തുടങ്ങിയ കാരണങ്ങളാലാണ് മസ്തിഷ്കാഘാതവും സംഭവിക്കുന്നത്. രക്താതിമർദ്ദത്തിന്റെ ഫലമായും രക്തക്കുഴലുകളുടെ തകരാറുമൂലവും രക്തക്കുഴലുകൾ പൊട്ടി തലച്ചോറിലേക്ക് രക്തസ്രാവം (Cerebral Haemorrhage) ഉണ്ടാവാം. മസ്തിഷ്കത്തിന്റെ ഏതുഭാഗത്താണോ രക്തസ്രാവം ഉണ്ടാവുന്നത് അതനുസരിച്ച് രോഗലക്ഷണങ്ങൾ ഉണ്ടാവുന്നു. മസ്തിഷ്കാഘാതം. മസ്തിഷ്കരക്തസ്രാവം എന്നിവ മൂലം തലച്ചോറിലേക്കുള്ള രക്തപ്രവാഹം നിലയ്ക്കുമ്പോൾ തലച്ചോറിന്റെ എതെങ്കിലും ഭാഗത്തെ പ്രവർത്തനം പെട്ടെന്ന് നിലയ്ക്കുകയോ ഭാഗികമായി നാശം സംഭവിക്കുകയോ ചെയ്യുന്ന രോഗാവസ്ഥയെ പക്ഷാഘാതം (Stroke) എന്നും വിശേഷിപ്പിക്കാറുണ്ട്. മസ്തിഷ്കാഘാതത്തിന്റെ ഫലമായുണ്ടാവുന്ന പക്ഷാഘാതത്തെ ഇസ്കീമിക്ക് സ്ട്രോക്ക് (Ischemic Stroke) എന്നും രക്തപ്രവാഹത്തിന്റെ ഫലമായുണ്ടാവുന്നതിനെ ഹെമറേജിക്ക് സ്ട്രോക്ക് (Hemorrhagic Stroke) എന്നും വിളിക്കുന്നു.

ഹൃദയാഘാതത്തിന്റെ കാര്യത്തിലെന്നപോലെ കട്ടപിടിച്ച രക്തത്തെ അലിയിക്കുന്നതിനുള്ള ത്രോംബോലൈസിസ് (Thrombolysis) ചികിത്സ തക്കസമയത്ത് നൽകാൻ കഴിഞ്ഞാൽ മസ്തിഷ്കാഘാതത്തിന്റെ ഗുരുതരാവസ്ഥ കുറക്കാനാവും. കരോട്ടിഡ് ധമനിയിലാണ് തടസ്സമെങ്കിൽ ശസ്ത്രക്രിയയിലൂടെ കട്ടപിടിച്ച രക്തം (ത്രോംബസ്) ധമനിയിൽ നിന്നും നീക്കം ചെയ്യാനാവും. ഹൃദയാഘാതത്തിന് വളരെ ഫലപ്രദമായി പ്രയോഗിക്കുന്ന ആഞ്ചിയോപ്ലാസ്റ്റി (Angioplasty) രീതി ഉപയോഗിച്ച് ചെറിയ രക്തക്കുഴലുകളിലെ തടസ്സം നീക്കാനുള്ള ശ്രമങ്ങൾ വിജയത്തിലെത്തിയിട്ടുണ്ട്.

തലച്ചോറിലെ രക്തക്കുഴലുകളിൽ കുമിളകൾ പോലെ വരുന്ന ധമനിവീക്കം (Aneurysm) തലച്ചോറിനെ ബാധിക്കുന്ന അതിഗുരുതരമായ രോ

ഗങ്ങളിലൊന്നാണ്. ധമനിവീക്കം പൊട്ടിയാൽ രൂക്ഷമായ രക്തസ്രാവമുണ്ടായി ജീവഹാനി വരെ സംഭവിക്കാനിടയുണ്ട്. ആധുനിക ശസ്ത്രക്രിയാരീതികളുപയോഗിച്ച് ധമനിവീക്കം ഇപ്പോൾ ഫലപ്രദമായി ചികിത്സിച്ച് ഭേദമാക്കി വരുന്നു. ചെറുധമനികളും സിരകളും കെട്ടുപിണഞ്ഞുകിടക്കുന്ന ആർട്ടീറിയോവെനസ് മാൽഫോർമേഷൻ (Arteriovenous Malformation) രക്തക്കുഴലുകളെ ബാധിക്കുന്ന രക്തസ്രാവമുണ്ടാക്കാൻ സാധ്യതയുള്ള മറ്റൊരു തകരാറാണ്. ചില രോഗികളിൽ ഈ വൈകല്യം സന്നി (Fits) യുണ്ടാക്കാറുണ്ട്. നേരിട്ടുള്ള ശസ്ത്രക്രിയയിലൂടെയും റേഡിയോസർജറി വഴിയും ഇവയെ നീക്കം ചെയ്യാൻ കഴിയും.

പാർക്കിൻസൺസ് രോഗം

മസ്തിഷ്കദണ്ഡിലെ സബ്സ്റ്റാൻഷിയ നയഗ്ര (Substantia Nigra) എന്ന ഭാഗത്തെ കോശങ്ങൾക്കുണ്ടാകുന്ന നാശമാണ് പാർക്കിൻസൺസെന്ന രോഗത്തിനു (Parkinson's Disease) കാരണം. ഇതുമൂലം ശരീരചലനങ്ങളെ നിയന്ത്രിക്കുന്നതിൽ പങ്ക് വഹിക്കുന്ന ഡോപ്പമിൻ (Dopamine) എന്ന നാഡീപ്രേഷകത്തിന്റെ അളവ് കുറയുന്നു. ശരീരഭാഗങ്ങൾക്ക് വിറയലുണ്ടാകുക (Tremor), പേശികൾക്ക് അയവില്ലാതാകുന്നതുമൂലം ശരീരഭാഗങ്ങളിൽ അസാധാരണമാം വിധം ദാർഢ്യം കാണപ്പെടുക (Rigidity), ശരീരത്തിന്റെ ചലനശേഷി കുറഞ്ഞുവരിക (Bradykinesia) എന്നിവയാണ് പാർക്കിൻസൺസ് രോഗത്തിന്റെ കാതലായ ലക്ഷണങ്ങൾ.

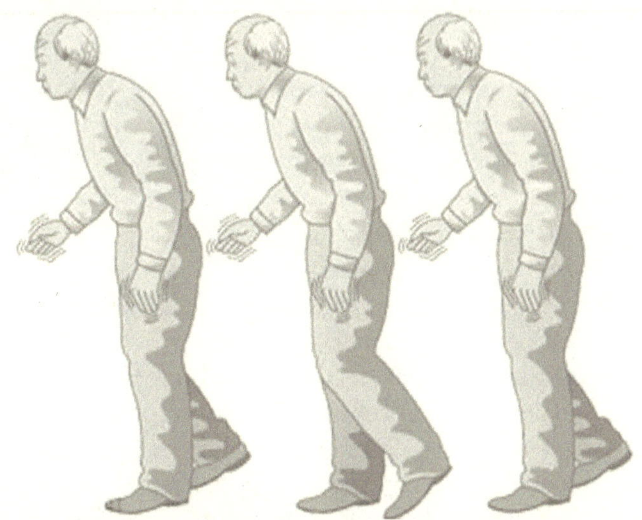

പാർക്കിൻസൺ

പാരിസ്ഥിതികവും ജനിതകവുമായ പല ഘടകങ്ങളുടെ പ്രതിപ്രവർത്തനമാവാം പാർക്കിൻസൺസിനു ഹേതുവായ ജൈവരാസതലമാറ്റങ്ങളിലേക്ക് നയിക്കുന്നതെന്നാണ് കരുതുന്നത്. ചില പ്രത്യേക തരം രോഗങ്ങളുടെയോ മനോരോഗചികിത്സയ്ക്കുള്ള ചിലയിനം മരുന്നുകളുടെ ഉപയോഗമോ മൂലം പാർക്കിൻ സൺസ് രോഗം ഉണ്ടാകാറുണ്ട്. ഇങ്ങനെയുണ്ടാകുന്ന രോഗത്തെ പാർക്കിൻസോണിസം (Parkinsonism) എന്നുപറയുന്നു.

ഇംഗ്ലീഷ് ഭിഷഗ്വരനായിരുന്ന ജെയിംസ് പാർക്കിൻസൺ (James Parkinson : 1755-1824) ആണ് 1817ൽ ആദ്യമായി 'വിറയൽ വാതത്തെപ്പറ്റി ഒരുപന്യാസം' എന്ന പേരിൽ 6 'വിറയൽ രോഗി'കളുടെ രോഗചരിത്രം പഠിച്ച് വൈദ്യലോകത്തിനു ഇതിനെ ഔപചാരികമായി പരിചയപ്പെടുത്തിയത്. പിൽക്കാലത്ത് ന്യൂറോളജിയുടെ സ്ഥാപകനെന്ന് പ്രശസ്തനായ ഷീൺ മാർതെൻ ഷാർക്കോ (Jean Martin Charcot : 1825-1893) ആണ് ഈ രോഗത്തെ 1877ൽ തന്റെ പ്രഭാഷണങ്ങളിൽ 'മാലഡീ ദെ പാർക്കിൻസൺ' (പാർക്കിൻസണിന്റെ രോഗം : Maladie de Parkinson) എന്ന് പേരിട്ട് വിളിച്ചത്.

ഷാർക്കോ

60 വയസിനു മുകളിൽ പ്രായമുള്ളവരെ ബാധിക്കുന്ന രോഗമാണ് പാർക്കിൻസൺസ്. വാർധക്യകാല രോഗങ്ങളുടെ പട്ടികയിൽ മുൻനിരയിലാണ് പാർക്കിൻസൺസ് രോഗത്തിന്റെ സ്ഥാനം. പുരുഷന്മാരെയാണ് ഈ രോഗം പ്രധാനമായും ബാധിക്കുന്നത്. രോഗലക്ഷണങ്ങൾ വളരെ സാവധാനത്തിൽ പ്രത്യക്ഷപ്പെടുന്നു എന്നതാണ് ഈ രോഗത്തിന്റെ പ്രത്യേകത. ചെറിയ തോതിലുള്ള വിറയലാണ് ആദ്യലക്ഷണം. കൈകളിലാണ് വിറയൽ ആരംഭിക്കുന്നത്. പിന്നീട് അത് ശരീരം മുഴുവൻ വ്യാപിക്കും. പേശികൾക്ക് സങ്കോചം സംഭവിച്ച് കൈകാലുകൾ ചലിപ്പിക്കാൻ ബുദ്ധിമുട്ട് ഉണ്ടാകുന്നു. 30 ശതമാനം പാർക്കിൻസൺസ് രോഗികൾക്കും ഓർമക്കുറവും അനുഭവപ്പെടും.

ഈ രോഗത്തിന്റെ ചികിത്സയിൽ ഏറ്റവും പ്രധാനമായി ഉപയോഗിക്കപ്പെടുന്നത് ഡോപ്പമിനെ പൂർവനിലയിലെത്തിക്കാനുള്ള മരുന്നുകളാണ്. ഡോപ്പമിന്റെ തന്നെ വിവിധ വകഭേദങ്ങൾ മരുന്നുകളായി നൽകാറുണ്ട്. മസ്തിഷ്കകോശങ്ങളിൽ ഡോപ്പമിൻ നശിപ്പിക്കപ്പെടാതിരിക്കാനുള്ള മരുന്നുകളും ഡോപ്പമിൻ സ്വീകരിണികളെ (Dopamine Receptors) മറ്റ് വിധങ്ങളിൽ ഉത്തേജിപ്പിക്കുന്ന മരുന്നുകളും പാർക്കിൻസൺസ് രോഗചികിത്സയിൽ ഉപയോഗിക്കപ്പെടുന്നു. ശരീരത്തിന്റെ വിറയൽ കുറയ്ക്കാനും ചലനാത്മകത കൂട്ടുവാനും ഔഷധ ഉപയോഗത്തിലൂടെ സാധിക്കും. മസ്തിഷ്കത്തിലെ ഡോപ്പമിൻ നിർമാണത്തെ ത്വരിതപ്പെടുത്താൻ നേരിട്ട് തലച്ചോറിന്റെ ഭാഗങ്ങളെ വൈദ്യുതസ്ഫുലിംഗങ്ങൾ കൊണ്ട് ഉത്തേജിപ്പിക്കുന്ന ചികിത്സാരീതിയായ ഡീപ്പ് ബ്രെയിൻ സ്റ്റിമുലേഷൻ (Deep Brain Stimul- ation) പലയിടത്തും ഇപ്പോൾ ഫലപ്രദമായി ഉപയോഗിച്ച് വരുന്നുണ്ട്. ഡോപ്പമീനർജിക നാഡീകോശങ്ങളെ (Dopaminergic Neurons) വളർത്തുന്ന വിത്തുകോശചികിത്സയും (Stem Cell Treatment) പരീക്ഷണത്തിന്റെ വിവിധ ഘട്ടങ്ങളിലാണ്. പാർക്കിൻസൺസ് രോഗം മരണകാരിയല്ല. രോഗി വേഗം മരണത്തിന് കീഴ്പ്പെടുന്നില്ല.

മോട്ടോർന്യൂറോൺ രോഗം

പേശികളെ നിയന്ത്രിക്കുന്ന നാഡീകോശങ്ങളാണ് പേശീചാലക ന്യൂറോണുകൾ (Motor Neurones). ചാലകകോശങ്ങൾക്കുണ്ടാവുന്ന നാശമാണ് മോട്ടോർ ന്യൂറോൺ രോഗത്തിന് കാരണം. ചാലകകോശത്തിനുണ്ടാകുന്ന നാശം അവയുടെ പരിധിയിൽ വരുന്ന പേശികളുടെ തേയ്മാനത്തിലേക്കും ബലക്ഷയത്തിലേക്കും ചലനരാഹിത്യത്തിലേക്കും നയിക്കുന്നു. മോട്ടോർ ന്യൂറോൺ രോഗം മസ്തിഷ്കത്തിലെയോ സുഷ്മ്നയിലെയോ നാഡീകോശങ്ങളെ ബാധിക്കാം.

സ്ത്രീകളേക്കാൾ പുരുഷന്മാരിലാണ് മോട്ടോർ ന്യൂറോൺ രോഗം കൂടുതലായി കാണപ്പെടുന്നത്. 40 വയസ്സിനു മുകളിലുള്ളവരെയാണ് സാധാരണഗതിയിൽ ഈ രോഗം ബാധിക്കുന്നത്. ദിനംപ്രതി വർധിച്ചുവരുന്ന പേശികളുടെ ബലക്കുറവ്, സംസാരിക്കാനും, നടക്കാനുമുള്ള ബുദ്ധിമുട്ട്, ഓർമക്കുറവ്, ശ്വാസതടസ്സം എന്നിവയാണ് രോഗ
ലക്ഷണങ്ങൾ. അവസാനഘട്ടത്തിൽ ശരീരം മൊത്തം തളർന്നുപോവുകയും ശ്വസിക്കാൻ തീരെ പറ്റാതെ വരികയും ചെയ്യുന്നു.

പാരമ്പര്യമായും രോഗം പിടിപെടാം. പാരമ്പര്യമായി കാണപ്പെടുന്ന രോഗമായതിനാൽ രോഗം ബാധിച്ച കുട്ടികളിൽ നടന്നുതുടങ്ങുന്ന പ്രായത്തിനു മുമ്പായി രോഗലക്ഷണങ്ങൾ കണ്ടുതുടങ്ങും. പാരമ്പര്യേ

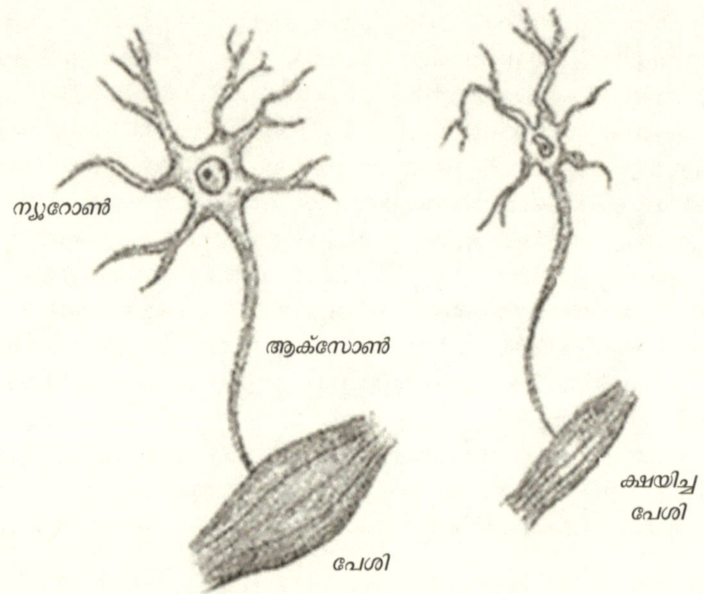

തരമായ രോഗത്തിന്റെ കാരണങ്ങൾ വ്യക്തമായി കണ്ടുപിടിക്കാൻ ഇതേവരെ കഴിഞ്ഞിട്ടില്ല. അമിയോട്രോഫിക് ലാറ്ററൽ സ്ക്ലീറോസിസ് (Amyotrophic Lateral Sclerosis), പ്രോഗ്രസ്സീവ് ബൾബാർ പാൽസി (Progressive bulbar palsy), പ്രൈമറി ലാറ്റൽ സ്ക്ലീറോസിസ് (primary lateral sclerosis) എന്നിവയാണ് സാധാരണയായി കാണപ്പെടുന്ന മോട്ടോർ ന്യൂറോൺ രോഗങ്ങൾ. പോളിയോരോഗത്തിൽ നിന്ന് മോചിതരാവുന്നവരിൽ ചിലരെ വർഷങ്ങൾ ശേഷം പിടിപെടാൻ സാധ്യതയുള്ള പോസ്റ്റ് പോളിയോ സിൻഡ്രോമും (Post-polio Syndrome) മോട്ടോർ ന്യൂറോൺ രോഗമായി കരുതപ്പെടുന്നുണ്ട്.

രോഗം പൂർണമായി മാറ്റാൻ കഴിയുന്ന ചികിത്സയൊന്നും കണ്ടെത്തിയിട്ടില്ല. രോഗലക്ഷണങ്ങൾക്കനുസരിച്ച് വേദന കുറയ്ക്കുക, രോഗിക്ക് കഴിയുന്നത്ര ബുദ്ധിമുട്ടില്ലാതെ സാധാരണ ജീവിതം നയിക്കുന്നതിനുവേണ്ട സഹായങ്ങൾ ചെയ്തുകൊടുക്കുക എന്നിവ മാത്രമാണു ചെയ്യാവുന്നത്. ഫിസിയോതെറാപ്പി, സ്പീച്ച് തെറാപ്പി, റീഹാബിലിറ്റേഷൻ മുതലായ മാർഗങ്ങൾ ഉപയോഗിച്ച് രോഗിക്ക് കഴിയുന്നത്ര ആശ്വാസം പകരാൻ ശ്രമിക്കേണ്ടതാണ്. വിത്തുകോശഗവേഷണ ത്തിലൂടെ ഈ രോഗത്തിന് ഫലപ്രദമായ ചികിത്സ കണ്ടെത്താൻ കഴിയുമെന്ന് പ്രതീക്ഷിക്കുന്നുണ്ട്.

ഡിമൻഷ്യ

ഡിമൻഷ്യ (മേധാക്ഷയം : Dementia) രോഗത്തിൽ ഓർമക്കുറവാണ് പ്രധാന രോഗലക്ഷണം. പ്രായാധിക്യമുള്ളവർ വർധിച്ചുവരുന്ന ജന സമൂഹത്തിൽ ഡിമൻഷ്യ രോഗികളും വർധിച്ചുവരുന്നു. സാവകാശത്തിലുള്ള മസ്തിഷ്കകോശങ്ങളുടെ നാശമാണ് മേധാക്ഷയത്തിന്റെ കാരണമെന്ന് പൊതുവിൽ പറയാവുന്നതാണ്. ഇരുപതുശതമാനം രോഗികളിൽ തൈറോയ്ഡ് ഹോർമോണിന്റെ കുറവുകൊണ്ടോ പോഷണവൈകല്യം കൊണ്ടോ മേധാക്ഷയം ഉണ്ടാകുന്നുണ്ട്. തലച്ചോറിലെ ചില ഭാഗങ്ങൾ രക്തയോട്ടമില്ലാതെ നിർജീവമായിത്തീരുന്നതുകൊണ്ടുണ്ടാകു

ന്ന മൾട്ടിഇൻഫാർക്ട് ഡിമൻഷ്യ (Multi-infarct dementia - MID)യാണ് നമ്മുടെ നാട്ടിൽ അധികമായി കണ്ടുവരുന്നത്. പ്രമേഹരോഗികളിലും ഉയർന്ന രക്തസമ്മർദ്ദമുള്ളവരിലും ഈ രോഗം ഉണ്ടാവാനുള്ള സാധ്യത കൂടുതലാണ്. തലച്ചോറിന് ഗുരുതരമായ ക്ഷതം പറ്റിയ ചിലരിൽ വളരെ നാളുകൾക്ക് ശേഷം മേധാക്ഷയം പ്രത്യക്ഷപ്പെടാറുണ്ട്.

ഓർമക്കുറവ് ക്രമേണ വർധിച്ച് വരുന്ന രോഗികൾ പിന്നീട് യുക്തിപരമായി കാര്യങ്ങളൊന്നും ചെയ്യാൻ പറ്റാത്ത അവസ്ഥയിൽ എത്തുന്നു. സ്വന്തം വ്യക്തിത്വം തന്നെ നഷ്ടപ്പെടുന്ന അവസ്ഥയുണ്ടാവുന്നു. അടുത്ത ഘട്ടത്തിൽ ആക്രമണസ്വഭാവം കാണിച്ചുതുടങ്ങുന്നു. പലപ്പോഴും പ്രായമാവുമ്പോഴുണ്ടാകുന്ന പെരുമാറ്റമാറ്റമാണെന്ന് ബന്ധുക്കൾ കരുതുന്നത് മൂലം മേധാക്ഷയം തിരിച്ചറിയപ്പെടാതെ പോവുന്നു. ഉചിതമായ ചികിത്സ നൽകിയാൽ മേധാക്ഷയം ബാധിച്ചവർ പ്രകടിപ്പിക്കുന്ന ആക്രമണാസക്തിയും മറ്റും നിയന്ത്രിച്ച് നിർത്താനാവും.

അൽഷൈമേഴ്സ് രോഗം

65 വയസ്സു കഴിഞ്ഞവരിലുണ്ടാവുന്ന പ്രത്യേകതരം മേധാക്ഷയമാണ് അൽഷൈമേഴ്സ് രോഗം. പ്രായാധിക്യമുള്ളവരിലാണ് സാധാരണ കാണുന്നതെങ്കിലും അതുകൊണ്ട് മാത്രമുണ്ടാകുന്ന രോഗമല്ല അൽഷൈമേഴ്സ്. ചിലരെ കുറേക്കൂടി ഇളയ പ്രായത്തിലും അൽഷൈമേഴ്സ് ബാധിക്കാം. ഓരോ രോഗിയിലും വ്യത്യസ്തമായ രീതിയിലാണ് രോഗലക്ഷണം കാണുന്നത്. പൊതുവെ ആദ്യമായി സാധാരണ കണ്ടുവരുന്നത് സമീപകാല അനുഭവങ്ങൾ ഓർത്തെടുക്കാനുള്ള ബുദ്ധിമുട്ടാണ്. അല്പം മുൻപ് കണ്ട കാര്യങ്ങളോ കേട്ട വിവരങ്ങളോ ഓർമിച്ചുവയ്ക്കാൻ പറ്റാതെ വരുന്നു. രോഗം മൂർച്ഛിക്കുന്നതനുസരിച്ച് കൂടുതൽ ബുദ്ധിമുട്ടുകളുണ്ടാവുന്നു. സമയം, സ്ഥലം തുടങ്ങിയവയും ചുറ്റുമുള്ളവരുടെ പേരുകളും മറ്റും ഓർമിക്കാൻ വയ്യാതാവുന്നു. താനാരാണെന്നുപോലും തിരിച്ചറിയാൻ പറ്റാതെ വരുന്നു. ചെറിയ കാര്യങ്ങൾ ഇവരെ അസ്വസ്ഥരാക്കാം. നിസ്സാരകാര്യങ്ങൾക്ക് കുപിതരാകാം. സന്തോഷവും ദു:ഖവും മാറിമാറിവരാം. കാലം കഴിയുന്തോറും ഭാഷയുപയോഗിക്കാനുള്ള കഴിവ് കുറഞ്ഞുവരാം. പിന്നീട് പഴയ കാര്യങ്ങൾ കൂടി മറന്നുതുടങ്ങാം. ഇന്ദ്രിയങ്ങളുടെ ശേഷി കുറഞ്ഞുവരുന്നതോടെ രോഗി ക്രമേണ ഉള്ളിലേക്ക് വലിയുകയും ഒടുവിൽ മരണത്തിൽ അവസാനിക്കുകയും ചെയ്യുന്നു.

ലോകത്താകമാനം 3.56 കോടി (2010) അൽഷൈമേഴ്സ് രോഗികളുണ്ടെന്നാണ് കണക്ക്. **20 വർഷം കൂടുമ്പോൾ അൽഷൈമേഴ്സ് രോഗബാധിതരുടെ എണ്ണം ഇരട്ടിയായി വർധിച്ച് 2030ൽ 6.57 കോടിയായും,**

2050 ൽ 11.54 കോടിയായും വർധിക്കുമെന്നാണ് റിപ്പോർട്ട് ചെയ്യപ്പെട്ടിട്ടു ള്ളത്.

അൽഷൈമേഴ്സിന്റെ യഥാർത്ഥ കാരണങ്ങൾ ഇപ്പോഴും വ്യക്ത മല്ല. ജീവിതശൈലി, പരിസ്ഥിതിഘടകങ്ങൾ, ജനിതകപ്രത്യേകതകൾ ഇവയെല്ലാം കാരണങ്ങളാവാം. ധാരാളം ഗവേഷണങ്ങൾ ഇത് സംബന്ധി ച്ച് നടന്നുവരുന്നു. ചർച്ചചെയ്യപ്പെടുന്ന കാരണങ്ങളിലൊന്ന് മസ്തിഷ് കകോശങ്ങളുടെ നാശമാണ്. ഇതിന്റെ ഫലമായി സിനാപ്സികളിലൂടെ നടക്കുന്ന മസ്തിഷ്കകോശങ്ങൾ തമ്മിലുള്ള ആശയവിനിമയം തകരാ റിലാവുന്നു. ഇത് മറ്റ് കോശങ്ങളെയും സിനാപ്സുകളെയും നശിപ്പിക്കു ന്നു. അസെറ്റൈൽ കോളിൻ എന്ന നാഡീ പ്രേഷകങ്ങളുടെ സംശ്ലേഷ ണം കുറയുന്നതാണ് ഈ രോഗത്തിന് കാരണം എന്ന് കരുതപ്പെട്ടിരു ന്നു. എങ്കിലും അസെറ്റൈൽ കോളിന്റെ കുറവ് നികത്താനുള്ള മരുന്നു കൾ കഴിച്ചിട്ടും രോഗികളിൽ കാര്യമായ വ്യത്യാസം കണ്ടില്ല. അതുകൊ ണ്ട് ഈ സിദ്ധാന്തത്തിനു ഇപ്പോൾ വലിയ അംഗീകാരമില്ല. അമൈ ലോയിഡ് ബീറ്റാ (Amyloid beta) എന്ന പ്രോട്ടീൻ മസ്തിഷ്കകോശങ്ങ ളിൽ അടിഞ്ഞുകൂടുന്നതാണ് (Amyloid Plaques) അൽഷൈമേഴ്സിനു ള്ള പ്രധാന കാരണമെന്ന് പല ഗവേഷകരും കരുതുന്നു. ടവ് പ്രോട്ടീൻ തന്മാത്രകളുടെ വൈകല്യങ്ങളാണ് (tau protein) മസ്തിഷ്കകോശങ്ങ ളെ നശിപ്പിച്ച് അൽഷൈമേഴ്സിന് കാരണമാകുന്നതെന്ന സിദ്ധാന്തവും അടുത്ത കാലത്ത് അംഗീകരിക്കപ്പെട്ടിട്ടുണ്ട്. ജനിതകവൈകല്യമാണ് ഇ തിനെല്ലാമുള്ള അടിസ്ഥാനകാരണമെന്നും കരുതപ്പെടുന്നു.

അൽഷൈമേഴ്സ് രോഗത്തിന് ഫലപ്രദമായ ചികിത്സ ഇന്നും ലഭ്യ മല്ല എന്നുതന്നെ പറയാം. എങ്കിലും ചില മരുന്നുകൾ വഴി രോഗ ത്തിന്റെ തീവ്രത കുറയ്ക്കാനും രോഗികളിൽ സാധാരണ കാണുന്ന ഉറക്കമില്ലായ്മ, വിഷാദം, ആക്രമണവാസന ഇവ കുറച്ചുകൊണ്ടു വരാനും കഴിയും. കുടുംബാംഗങ്ങളും സമൂഹവും നൽകേണ്ട സാന്ത്വന പരിചരണമാണ് അൽഷൈമേഴ്സ് രോഗികൾക്ക് ഏറെ ആവശ്യമുള്ളത്.

മസ്തിഷ്കട്യൂമറുകൾ

മസ്തിഷ്കരോഗനിർണയത്തിലും ചികിത്സയിലും ഏറ്റവുമധികം വെ ല്ലുവിളികൾ ഉയർത്തുന്നവയാണ് തലച്ചോറിലുണ്ടാവുന്ന വിവിധ തരം ട്യൂമറുകൾ. തലച്ചോറിലെ കോശങ്ങളിൽ നിന്നുണ്ടാവുന്ന പ്രാഥമിക ട്യൂ മറുകളെന്നും (Primary Brain Tumours) മറ്റ് ശരീരാവയവങ്ങളിൽ നി ന്നും തലച്ചോറിൽ എത്തുന്നവ ദ്വിതീയ ട്യൂമറുകളെന്നും (Secondary Brain Tumours) ഇവയെ രണ്ടായി തിരിക്കാം. തല ച്ചോറിലെ പ്രധാന കോശങ്ങളായ നാഡീകോശങ്ങളിൽ നിന്നും അപൂർവമായി മാത്രമേ ട്യൂ

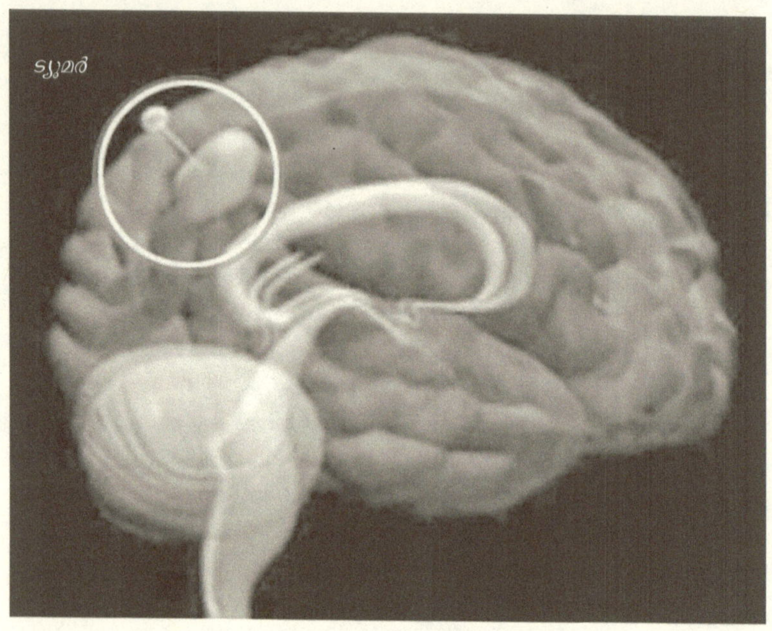

മറുകൾ ഉണ്ടാവുന്നുള്ളു എന്നതാണ് ശ്രദ്ധേയമായ കാര്യം. പ്രധാനമായും ഗ്ലയൽ കോശങ്ങളിൽ നിന്നുമാണ് ട്യൂമറുകൾ ഉണ്ടാവുന്നത്. ഇവയെ ഗ്ലയോമ (Glioma) എന്നു വിളിക്കുന്നു. ആസ്ട്രോകോശങ്ങളിൽ നിന്നാണ് കൂടുതലായി ഗ്ലയോമ ഉണ്ടാവുന്നത്. ഇവയിൽ കൂടുതലും കാൻസറിന്റെ ലക്ഷണങ്ങൾ കാട്ടുന്നു. കാൻസർ സാധ്യതയനുസരിച്ച് ഗ്ലയോമയെ പലതരം ഗ്രേഡുകളായി തിരിച്ചിട്ടുണ്ട്. ഏറ്റവുമധികം കാൻസർ ലക്ഷണങ്ങളുള്ളവയാണ് ഗ്ലയോബ്ലാസ്റ്റോമ (Glioblastoma).

തലച്ചോറിലെ ആവരണങ്ങളിൽ നിന്നുമുള്ള മെനിൻജിയോമയാണ് (Meningioma) ഗ്ലയോമ കഴിഞ്ഞാൽ ഏറ്റവുമധികം കാണപ്പെടുന്ന ട്യൂമറുകൾ. കാൻസർ സാധ്യതയുള്ള മെനിൻജിയോമകൾ താരതമ്യേന കുറവാണ്. മുഴുവനായി നീക്കം ചെയ്യാൻ കഴിഞ്ഞാൽ പൂർണമായി ഭേദപ്പെടുത്താൻ കഴിയുന്ന ട്യൂമറുകളാണിവ. എട്ടാം മസ്തിഷ്കനാഡിയായ വെസ്റ്റിബുലോ കോക്ലിയാർ നാഡിയിൽ നിന്നുമുള്ള അക്കോസ്റ്റിക്ക് ന്യൂറോമ (Acoustic Neuroma) കാൻസർ സാധ്യതയില്ലാത്ത മറ്റൊരു ട്യൂമറാണ്. തലച്ചോറുമായി ബന്ധപ്പെട്ട് സ്ഥിതി ചെയ്യുന്ന പിറ്റ്യൂട്ടറി, പിനിയൽ എന്നീ ഗ്രന്ഥികളിൽ നിന്നും ട്യൂമറുകൾ ഉണ്ടാവാം. പിറ്റ്യൂട്ടറി ഗ്രന്ഥിയുമായി ബന്ധപ്പെട്ടുണ്ടാകുന്ന ട്യൂമറാണ് ക്രേനിയോഫരഞ്ചിയോമ (Craniopharyngioma).

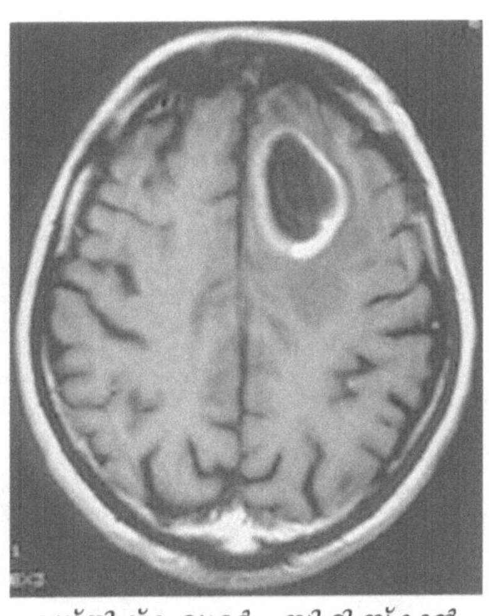

മസ്തിഷ്ക ട്യൂമർ - സി ടി സ്കാൻ

മസ്തിഷ്ക ട്യൂമറുകൾ തലച്ചോറിന്റെ ഏതുഭാഗത്ത് വരുന്നു എന്നതിനനുസരിച്ച് വ്യത്യസ്തമായ രോഗലക്ഷണങ്ങൾക്ക് കാരണമാവുന്നു. തലവേദന, ഛർദ്ദി, സന്നി, പക്ഷാഘാതം, കാഴ്ചയിലെ മങ്ങൽ, ദൃശ്യ വൈകല്യങ്ങൾ എന്നിങ്ങനെ പലതരത്തിലുള്ള രോഗലക്ഷണങ്ങൾ ഉണ്ടാവാം. പിറ്റ്യൂട്ടറി ട്യൂമറിന്റെ കാര്യത്തിൽ ഹോർമോൺ തകരാറുകൾ ഉണ്ടാക്കുന്ന രോഗലക്ഷണങ്ങൾ പ്രത്യക്ഷപ്പെടുന്നു.

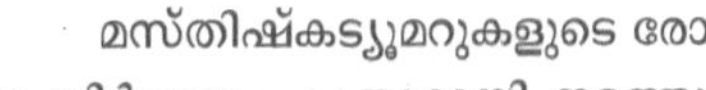

മസ്തിഷ്കട്യൂമറുകളുടെ രോഗ നിർണയം കൃത്യമായി നടത്തുന്നതിനായി സി ടി സ്കാൻ, എം ആർ ഐ സ്കാൻ തുടങ്ങിയ നിരവധി സങ്കേതങ്ങൾ ഇപ്പോൾ ലഭ്യമാണ്. ശസ്ത്രക്രിയ, കാൻസർ സ്വഭാവമുള്ള രോഗങ്ങൾക്ക് ശസ്ത്രക്രിയക്ക് ശേഷമുള്ള റേഡിയേഷൻ, കാൻസർ മരുന്നുകൾ എന്നിവയാണ് മസ്തിഷ്ക ട്യൂമറിന്റെ ചികിത്സക്കായി ഇപ്പോൾ പ്രയോഗിച്ചുവരുന്നത്. ശസ്ത്രക്രിയക്കായി നിരവധി ആധുനിക ഉപകരണങ്ങൾ ഇപ്പോൾ പ്രയോഗത്തിലുണ്ട്. ഓപ്പറേറ്റിംഗ് മൈക്രോസ്കോപ്പ് (Operating Microscope), ബൈപോളാർ കോട്ടറി (Bipolar Cautery), സ്റ്റെറിയോടാക്സിക് ഡിവൈസ് (Stereotaxic Device), ന്യൂറോഎൻഡോസ്കോപ്പി (Neuroendoscopy), ക്യൂസ (Cavtiron Utlrasonic Surgical Aspirator: CUSA) തുടങ്ങിയ ആധുനിക ഉപകരണങ്ങളും അനസ്തീസിയയിലുണ്ടായ സമീപകാലപരിഷ്കാരങ്ങളും മസ്തിഷ്കശസ്ത്രക്രിയ ആയാസരഹിതവും സുരക്ഷിതവുമാക്കിയിട്ടുണ്ട്. തലയോട് തുറന്നുള്ള ശസ്ത്രക്രിയയുടെ സ്ഥാനത്ത് സുഷിരശസ്ത്രക്രിയ (Key Hole Surgery) ന്യൂറോസർജറിയിലും പ്രാബല്യത്തിൽ വന്നുകഴിഞ്ഞു. ന്യൂറോശസ്ത്രക്രിയയിലുണ്ടായ വമ്പിച്ച പരിവർത്തനങ്ങൾ മസ്തിഷ്കട്യൂമറുകളെ പഴയതുപോലെ ഭയപ്പെടേണ്ടവയല്ലാതാക്കി മാറ്റിക്കഴിഞ്ഞിട്ടുണ്ട്. ഗുരുതരമായ കാൻസറുകളല്ലാത്ത ട്യൂമറുകൾ ഏതാണ്ട് പൂർണമായും നീക്കം ചെയ്യാൻ ഇപ്പോൾ കഴിയുന്നുണ്ട്. മുൻകാലങ്ങളിൽ ശസ്ത്രക്രിയവഴി ഉണ്ടായിക്കൊണ്ടിരുന്ന അപകടസാധ്യതകളും പാർശ്വഫലങ്ങളും ഗണ്യമായി കുറയ്ക്കാനും ഇപ്പോൾ കഴിയുന്നുണ്ട്. സർജറി കൂടാതെ തന്നെ സങ്കീർണമായ ഉപകരണങ്ങളുടെ സഹായത്തോടെ റേ

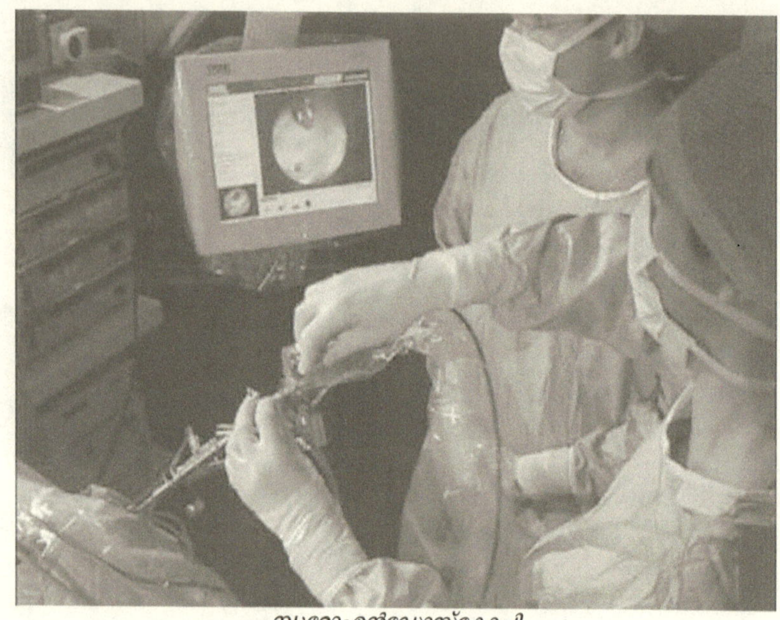

ന്യൂറോഎൻഡോസ്കോപ്പി

ഡിയേഷൻ ഉപയോഗിച്ചുകൊണ്ട് ചിലതരം ട്യൂമറുകളെ നശിപ്പിക്കാൻ കഴിയുന്ന റേഡിയോ സർജറിയും (Radio Surgery) പല ന്യൂറോ സർജറി സെന്ററുകളിലും ഉപയോഗിച്ച് വരുന്നു. മറ്റ് ശരീരഭാഗങ്ങളിലുണ്ടാവുന്ന കാൻസർ ശരീരത്തിന്റെ ഇതരഭാഗങ്ങളിലേക്ക് വ്യാപിക്കുന്നതിന്റെ ഭാഗമായി തലച്ചോറിൽ എത്തുന്നവയാണ് ദ്വിതീയ ട്യൂമറുകൾ. വളരെ അപകടകരമായ ഒരു സ്ഥിതിയാണിത്. എങ്കിലും ചിലവയെ നീക്കം ചെയ്ത് രോഗിയുടെ ആയുർദൈർഘ്യം വർധിപ്പിക്കാൻ ഇപ്പോൾ കഴിയുന്നുണ്ട്.

ജന്മവൈകല്യങ്ങൾ

തലച്ചോറിലും സുഷുമ്നയിലും ജന്മവൈകല്യങ്ങൾ (Congenital Disorders) മൂലം നിരവധി രോഗങ്ങൾ കാണപ്പെടാറുണ്ട്. ജനിതക തകരാറുകൾ, രോഗാണുബാധ, റേഡിയേഷൻ, ഗർഭകാലത്ത് കഴിക്കുന്ന ചിലതരം മരുന്നുകൾ, മദ്യം, പരിസ്ഥിതിഘടകങ്ങൾ. പോഷണക്കുറവ് തുടങ്ങി പലകാരണങ്ങളാലും മസ്തിഷ്കജന്മവൈകല്യരോഗങ്ങൾ ഉണ്ടാവാം. ഹെർപ്പിസ്, ചിക്കൻപോക്സ്, റുബല്ല തുടങ്ങിയ വൈറൽ രോഗങ്ങളും ആഹാരത്തിൽ ഫോളിക്ക് ആസിഡിന്റെ

കുറവും ഇത്തരം രോഗങ്ങൾക്കുള്ള പ്രധാന കാരണങ്ങളാണ്. ഗർഭകാലത്ത് അൾട്രാസൗണ്ട് സ്കാൻ നടത്തിയും ഗർഭപാത്രത്തിൽ നിന്നും ആമ്നിയോ സെന്റസിസ് (Amniocentesis) വഴി ആമ്നിയോട്ടിക് ദ്രാവകം (Amniotic Fluid) പരിശോധിച്ചും പ്രസവത്തിന് മുൻപുതന്നെ ജന്മവൈകല്യങ്ങളുടെ സാധ്യത മനസ്സിലാക്കാൻ കഴിയും.

ഹൈഡ്രോകെഫാലസ് (Hydrocephalus), അനൻകെഫലി (Anencephaly), പോറൻകെഫലി (Porencephaly) തുടങ്ങിയവയാണ് പ്രധാനപ്പെട്ട മസ്തിഷ്ക ജന്മവൈകല്യങ്ങൾ. തലച്ചോറിലെ അറകളിൽ (വെൻട്രിക്കിൾ) സെറിബ്രോസ്പൈനൽ ദ്രാവകം കെട്ടിക്കിടന്ന് കുട്ടികളുടെ തലച്ചോറും തലയും അമിതമായി വളരുന്ന രോഗമാണ് ഹൈഡ്രോകെഫാലസ്. സിൽവിയസിന്റെ നാളി ചുരുങ്ങിപ്പോകുന്നത് മൂലം സെറിബ്രോസ്പൈനൽ ദ്രാവകത്തിന്റെ ചംക്രമണം തടസ്സപ്പെടുകയും സെറിബ്രോസ്പൈനൽ ദ്രാവകം വെൻട്രിക്കിളിനുള്ളിൽ കെട്ടിക്കിടക്കുകയും ചെയ്യുന്നത് മൂലമാണ് ഹൈഡ്രോകെഫാലസ് ഉണ്ടാവുന്നത്. സെറിബ്രൽ ഗോളങ്ങൾ വളരാത്ത സ്ഥിതിയാണ് അനൻകെഫലിയിൽ കാണുന്നത്. സെറിബ്രൽ അർധഗോളങ്ങളിൽ അറകൾ ഉണ്ടാവുന്ന വൈകല്യമാണ് പോറൻകെഫലി. തലച്ചോറിനോടൊപ്പം സുഷുമ്നയിലും കശേരുക്കൾ വിണ്ട് (Spina Bifida) സുഷുമ്നയോ മെനിഞ്ചസുകളോ പുറത്തുവരുന്ന മെനിഞ്ചോസീൽ-മെനിഞ്ചോമയലോസീൽ (Meningocele - Myelomeningocele) തുടങ്ങിയ വൈകല്യങ്ങളും കാണാറുണ്ട്.

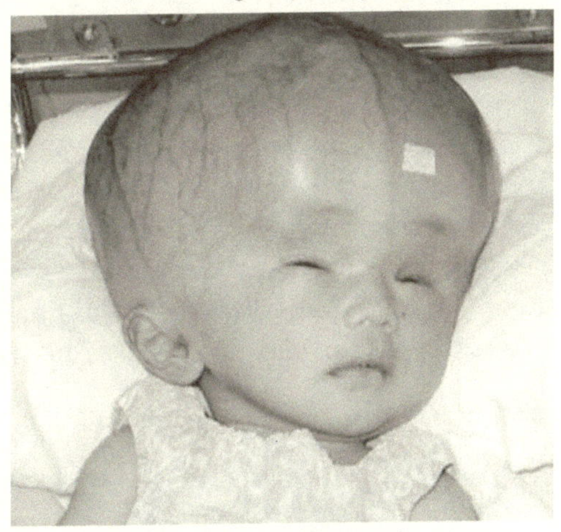

ഹൈഡ്രോകെഫാലസ്

രോഗപ്രതിരോധം തന്നെയാണ് മറ്റ് പല രോഗങ്ങളുടെ കാര്യത്തിലെന്നപോലെ ഇത്തരം രോഗങ്ങളുടെ കാര്യത്തിലും സ്വീകരിക്കേണ്ട സമീപനം. ജന്മവൈകല്യ സാധ്യതകളുള്ള റേഡിയേഷൻ, മരുന്നുകൾ എന്നിവ ഗർഭകാലത്ത് ഒഴിവാക്കേണ്ടതാണ്. വൈറസ് രോഗങ്ങൾ പകരാതെ നോക്കുകയും വാക്സിൻവഴി തടയാവുന്ന രോഗങ്ങൾ ഒഴിവാക്കാൻ പ്രതിരോധമരുന്നുകൾ സ്വീകരിക്കുകയും വേണം. ഗർഭ

കാലത്ത് ഫോളിക്ക് ആസിഡ് (ഫോളേറ്റ്) നിർബന്ധമായും കഴിച്ചിരിക്കണം. ഹൈഡ്രോകെഫാലസിൽ സെറിബ്രോസ്പൈനൽ ദ്രാവകം ഒരു ട്യൂബുപയോഗിച്ച് വയറ്റിലേക്കോ ഹൃദയത്തിലേക്കോ തിരിച്ച് വിടുന്ന ഷണ്ട് (Shunt) ശസ്ത്രക്രിയയാണ് ചെയ്യാറുള്ളത്. എൻഡോസ്കോപ്പി രീതി ഉപയോഗിച്ച് സെറിബ്രോ സ്പൈനൽ ദ്രാവകത്തിന്റെ ചംക്രമണപാതയിലെ തടസ്സം നീക്കംചെയ്യുന്ന ശസ്ത്രക്രിയയും ഇപ്പോൾ പ്രാബല്യത്തിൽ വന്നിട്ടുണ്ട്.

മസ്തിഷ്ക രോഗചികിത്സ - വമ്പിച്ച മുന്നേറ്റത്തിലേക്ക്

വിത്തുകോശചികിത്സ, ജീൻതെറാപ്പി തുടങ്ങിയ ജനിതകസാങ്കേതികവിദ്യയുടെ അടിസ്ഥാനത്തിലുള്ള ചികിത്സാരീതികൾ മസ്തിഷ്ക രോഗചികിത്സയിൽ അധികം വൈകാതെ വമ്പിച്ച പരിവർത്തനം വരുത്തുമെന്നാണ് പ്രതീക്ഷിക്കുന്നത്. ഗർഭസ്ഥാവസ്ഥയിൽ തന്നെ ജനിതകവൈകല്യങ്ങൾ കണ്ടെത്തി ജനിതകചികിത്സാവഴി തടയാനും ഭ്രൂണശസ്ത്രക്രിയവഴി (Foetal Surgery) പരിഹരിക്കാനുമുള്ള ചികിത്സാരീതികൾ വികസിപ്പിച്ചെടുത്ത് കഴിഞ്ഞിട്ടുണ്ട്. ഇപ്പോൾ ചികി

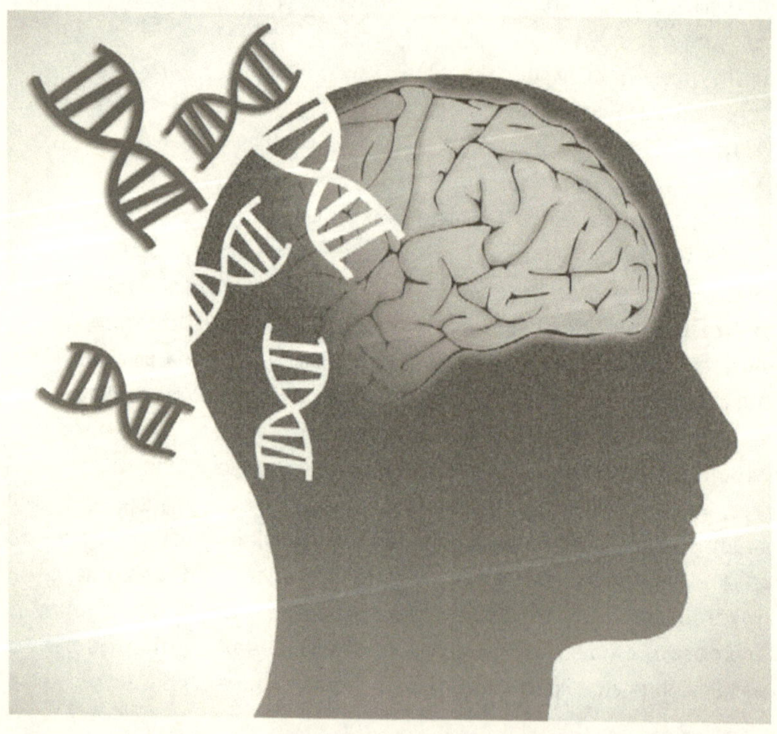

ത്സിച്ച് ഭേദപ്പെടുത്താൻ ബുദ്ധിമുട്ടോ അസാധ്യമോ ആയ സുഷുമ്നക്കുള്ള പരിക്ക് (Spinalcord Injury), പാർക്കിൻസൺസ് രോഗം, മോട്ടോർ ന്യൂറോൺ രോഗം, ചിലതരം മസ്തിഷ്കട്യൂമറുകൾ എന്നിവയെല്ലാം ഭേദപ്പെടുത്താൻ ജനിതസാങ്കേതികവിദ്യാരംഗത്ത് സമീപകാലത്തുണ്ടായിക്കൊണ്ടിരിക്കുന്ന വമ്പിച്ച മുന്നേറ്റം സഹായകമാവുമെന്ന ശുഭാപ്തിവിശ്വാസമാണ് വൈദ്യരംഗത്തുള്ളവർക്കുള്ളത്. ക്ലോണിങ്ങ് (Cloning), പുത്തൻ പ്രത്യുൽപാദന സാങ്കേതികവിദ്യകൾ (New Reproductive Technologies), നാനോബയോടെക്നോളജി (Nano Biotechnology), അവബോധശാസ്ത്രം (Cognitive Science), പ്രവചന വൈദ്യശാസ്ത്രം (Predictive Medicine), പുനരുജ്ജീവന വൈദ്യശാസ്ത്രം (Regenerative Medicine), വ്യക്തിഗത ഔഷധങ്ങൾ (Individualised Medicine) തുടങ്ങി ആധുനികശാസ്ത്ര രംഗത്ത് സമീപകാലത്തുണ്ടായിക്കൊണ്ടിരിക്കുന്ന വിസ്മകയരമായ ശാസ്ത്രസാങ്കേതികവിദ്യാകുതിപ്പ് മറ്റ് ശാരീരിക രോഗങ്ങളുടെ കാര്യത്തിലെന്നപോലെ നാഡീവ്യൂഹരോഗങ്ങളുടെ കാര്യത്തിലും ഗുണകരമായ മാറ്റങ്ങൾക്ക് കാരണമായിക്കൊണ്ടിരിക്കുകയാണ്.

4

രോഗനിർണയ സങ്കേതങ്ങൾ

തലച്ചോറിനെ ബാധിക്കുന്ന രോഗങ്ങൾ കണ്ടുപിടിക്കുന്നതിനുള്ള നിരവധി ആധുനിക രോഗനിർണയ ഉപാധികൾ ഇപ്പോൾ ലഭ്യമാണ്. ഡിജിറ്റൽ വിപ്ലവത്തെ തുടർന്നാണ് കഴിഞ്ഞ നാലു പതിറ്റാണ്ടുകൾക്കിടയിൽ ഒട്ടനവധി നവീനങ്ങളായ രോഗനിർണയരീതികൾ ആവിഷ്കരിക്കപ്പെട്ടത്. നിരവധി പാർശ്വഫലങ്ങളും അപകടസാധ്യതകളുമുള്ള സാങ്കേതങ്ങളാണ് 1980കളുടെ തുടക്കം വരെ ഉപയോഗത്തിലിരുന്നത്. അവയിൽ ചിലവ ഇപ്പോഴും നവീകരിച്ച് പ്രയോജനപ്പെടുത്തുന്നുണ്ട്. തലച്ചോറിലെ വൈദ്യുതതരംഗം പരിശോധിച്ച് അപസ്മാരരോഗനിർണയത്തിനായി ഉപയോഗിക്കുന്ന ഇലക്ട്രോഎൻസെഫലോഗ്രാം (ഇ.ഇ.ജി), തലയുടെ എക്സ്റേ തുടങ്ങിയവ ഇപ്പോഴും പ്രയോജനകരങ്ങളാണ്. എന്നാൽ ദീർഘകാലമായി ഉപയോഗിച്ചിരുന്ന പല സങ്കേതങ്ങളും ഇപ്പോൾ ഉപേക്ഷിക്കപ്പെട്ടിട്ടുണ്ട്.

തലച്ചോറിനെ ബാധിക്കുന്ന വളർച്ചയും മറ്റും കണ്ടു പിടിക്കാൻ കരോട്ടിഡ് ആഞ്ജിയോഗ്രാം (Carotid Angiogram) എന്ന സങ്കേതമാണ് പ്രചാരത്തിലുണ്ടായിരുന്നത്. കഴുത്തിലെ കരോട്ടിഡ് ധമനിയിൽ അയോഡിൻ അടങ്ങിയ ചായം (Dye) കുത്തിവച്ച് എക്സ്റേയെടുത്താണ് ആഞ്ജിയോഗ്രാം ചെയ്തിരുന്നത്. എക്സ്റേയിൽ രേഖപ്പെടുത്തുന്ന തലച്ചോറിലെ രക്തക്കുഴലുകളിൽ കാണുന്ന മാറ്റങ്ങളുടെ അടിസ്ഥാനത്തിലായിരുന്നു രോഗനിർണ്ണയം നടത്താൻ ശ്രമിച്ചിരുന്നത്. രക്തക്കുഴലുകളുടെ സ്ഥാനമാറ്റം, അവയിലെ വ്യതിയാനങ്ങൾ, തടസ്സങ്ങൾ തുടങ്ങിയ വിവരങ്ങളിലൂടെ വളരെ അവ്യക്തമായ ധാരണകളാണ് രോഗങ്ങളെ സംബന്ധിച്ച് ലഭിച്ചിരുന്നത്. തലച്ചോറിൽ ചില തകരാറുകളുണ്ട്; അത് വ

ളർച്ചയാവാം, രക്തക്കുഴലുകളുടെ തകരാറാവാം എന്നെല്ലാമുള്ള പരിമിതമായ വിവരങ്ങൾ മാത്രമാണ് ആഞ്ജിയോഗ്രാം പരിശോധനയിലൂടെ ലഭിച്ചിരുന്നത്. ഇതിന്റെ അടിസ്ഥാനത്തിൽ ശസ്ത്രക്രിയയും മറ്റു ചികിത്സയും നടത്തേണ്ടി വരുമ്പോൾ പലപ്പോഴും നിരവധി പ്രശ്നങ്ങൾ നേരിടേണ്ടി വരികയും ചെയ്യുമായിരുന്നു.

ഡിജിറ്റൽ സാങ്കേതികവിദ്യയുടെ അടിസ്ഥാനത്തിലുള്ള ഡിജിറ്റൽ സബ്ട്രാക്ഷൻ ആഞ്ജിയോഗ്രാഫിയാണ് (ഡി.എസ്.എ : Digital Subtraction Angiogram) ഇപ്പോൾ തലച്ചോറിലെ രക്തക്കുഴലുകളുടെ തകരാറുകളും രക്തപ്രവാഹത്തിലുള്ള തടസ്സങ്ങളും മറ്റും പരിശോധിക്കാനായി പ്രയോഗത്തിൽ വന്നിട്ടുള്ളത്. കാലിലെ ഫെമറൽ ധമനിയിലോ (Femoral Artery) കയ്യിലെ റേഡിയൽ ധമനിയിലോ (Radial Artery) ഉചിതമായ ചായം കടത്തിവിട്ട് രക്തക്കുഴലുകളുടെ കൂടുതൽ വ്യക്തവും സൂക്ഷ്മതയുള്ളതുമായ ചിത്രം ഇപ്പോൾ ഡി.എസ്.എ വഴി ലഭിക്കുന്നതാണ്.

പിറ്റ്യൂട്ടറി ഗ്രന്ഥിയെയും അടുത്തുള്ള മറ്റ് ഭാഗങ്ങളെയും ബാധിക്കുന്ന രോഗങ്ങൾ പഠിക്കാനായി ഉപയോഗിച്ചിരുന്നത് ന്യൂമോ എൻസെഫലോഗ്രാം (Pneumoencephalogram) എന്ന രീതിയായിരുന്നു. സുഷുമ്നയുടെ ആവരണത്തിനുള്ളിലേക്ക് വായു കടത്തിവിട്ട് പിറ്റ്യൂട്ടറി ഗ്രന്ഥിയുടെ ചുറ്റുമുള്ള അറകളിലെത്തിച്ച് അവിടെ കാണുന്ന വ്യതിയാനങ്ങൾ നിരീക്ഷിച്ചാണ് രോഗനിർണയം നടത്താൻ ശ്രമിച്ചിരുന്നത്. തലച്ചോറിന്റെ അറകളിലേക്ക് ചായം കടത്തിവിട്ട് നടത്തുന്ന വെൻട്രിക്കുലോഗ്രാം (Ventriculogram) എന്ന വളരെ പ്രത്യാഘാതസാധ്യതയുള്ള രോഗനിർണയരീതിയും പ്രയോഗത്തിലുണ്ടായിരുന്നു. ഇവിടെയും തലയുടെ എക്സ്റേ എടുക്കേണ്ടതുണ്ട്. അമിതമായ എക്സ്റേ വികിരണത്തിന് രോഗികളെയും ഡോക്ടർമാരെയും ഒരേപോലെ വിധേയരാക്കിയി

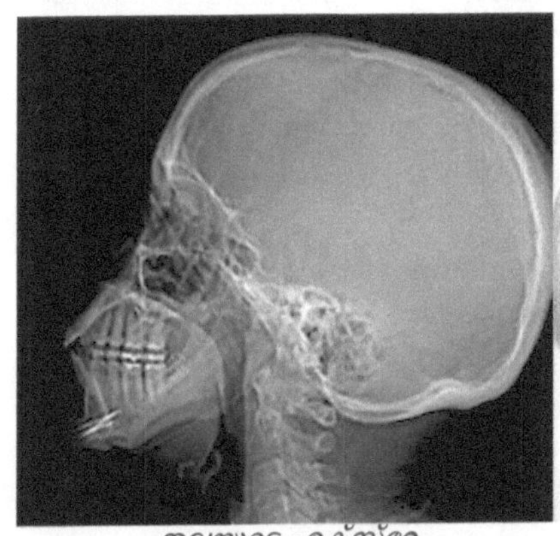
തലയുടെ എക്സ്റേ

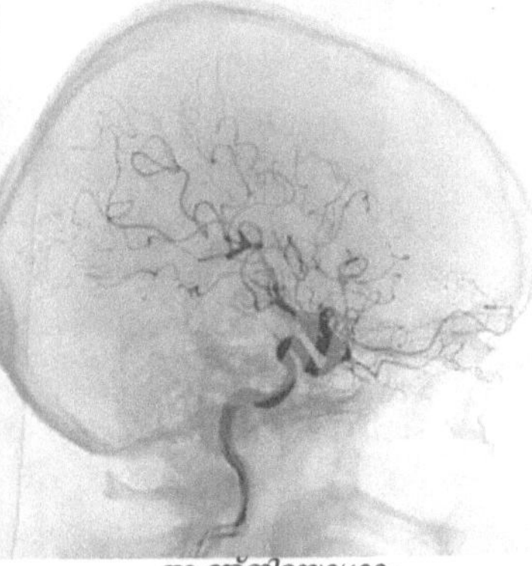
ആഞ്ജിയോഗ്രാം

രുന്ന രോഗനിർണയരീതികളായിരുന്നു ഇവയെല്ലാം. ഇവയിലൂടെ ലഭിക്കുന്ന വിവരങ്ങളോ വളരെ പരിമിതങ്ങളും.

തലയ്ക്ക് പരിക്ക് പറ്റിയെത്തുന്നവരിൽ തലയ്ക്കുള്ളിൽ രക്തസ്രാവമുണ്ടോ എന്ന് നിശ്ചയിക്കുന്നതിനും തലച്ചോറിൽ ട്യൂമറുകളും മറ്റുമുണ്ടോ എന്നു കണ്ടുപിടിക്കുന്നതിനുമായി ശബ്ദവീചികൾ ഉപയോഗിച്ച് എക്കോ എൻസെഫലോഗ്രാം (Echoencephalogram) എന്ന സങ്കേതം പ്രയോഗത്തിലുണ്ടായിരുന്നു. തലച്ചോറിന്റെ മധ്യഭാഗത്തിന് വ്യതിയാനം സംഭവിക്കുന്നുണ്ടോ എന്ന വിവരം മാത്രമാണ് ഇതിലൂടെ ലഭിച്ചിരുന്നത്. അടിയന്തിരഘട്ടത്തിൽ ഉപയോഗിക്കാവുന്ന ഒരു ഉപാധി എന്ന പരിമിതമായ പ്രാധാന്യം മാത്രമാണ് എൻസെഫലോഗ്രാമിന് ഉണ്ടായിരുന്നത്.

റോൺട്ജൻ (Wilhelm Conrad Rontgen : 1845-1923) പത്തൊൻപതാം നൂറ്റാണ്ടിന്റെ അവസാനത്തോടെ എക്സ്റേ കണ്ടുപിടിച്ചതിന് ശേഷം നടന്ന ഏറ്റവും വലിയ മുന്നേറ്റമാണ് 1970കളിൽ രൂപകല്പന ചെയ്യപ്പെട്ട സി ടി സ്കാൻ (Computerised Axial Tomography : CT Scan). എക്സ്റേ ഉപയോഗിച്ച് തന്നെയാണ് സി ടി സ്കാനും എടുക്കുന്നത്. എന്നാൽ എക്സ് റേയുടെ പല പരിമിതികളും മുറിച്ചുകടന്ന് കൂടുതൽ വിവരങ്ങൾ ലഭിക്കാനും കൂടുതൽ കൃത്യതയോടെ രോഗ നിർണ്ണയം നടത്താനും സി ടി സ്കാൻ വഴി കഴിയും.

ചികിത്സാരംഗത്ത് എക്സ്റേ ഉണ്ടാക്കിയ വിപ്ലവം വളരെ വലുതായിരുന്നു. ശരീരത്തിനുള്ളിലെ എല്ലുകൾക്ക് സംഭവിച്ച വൈകല്യങ്ങളും പൊട്ടലുകളും മറ്റും കണ്ടെത്താൻ വളരെ ചെലവ് കുറഞ്ഞ മാർഗമായിരുന്നു എക്സ്റേ. എങ്കിലും എക്സ്റേ ചിത്രങ്ങൾക്ക് പല പരിമിതികളുമുണ്ട്. എക്സ്റേ ചിത്രങ്ങൾ യഥാർത്ഥത്തിൽ ഒരു ഛായാചിത്രം മാത്രമാണ്. ദൃശ്യപ്രകാശം നമ്മുടെ നിഴലുണ്ടാക്കുന്നതുപോലെ തന്നെ എക്സ്റേ വികിരണം ഉണ്ടാക്കുന്ന നമ്മുടെ നിഴലാണ് എക്സ്റേ ചിത്രം. മാത്രമല്ല ഒരു കോണിൽ നിന്നും മാത്രം എക്സ് റേ രേഖപ്പെടുത്തുന്നത് മൂലം ശരീരത്തിന്റെ എല്ലാ ഭാഗങ്ങളും കാണാനും കഴിയുന്നില്ല. വ്യത്യസ്തമായ കോണുകളിൽ നിന്നുള്ള എക്സ്റേ ചിത്രങ്ങളുടെ എണ്ണം കൂടുന്നത് രോഗനിർണയം കൂടുതൽ കാര്യക്ഷമമാക്കാൻ ഉപകരിക്കും എന്ന ചിന്ത കൂടുതൽ സങ്കീർണമായ എക്സ്റേ ഉപകരണങ്ങളുടെ കണ്ടെത്തലിലേക്ക് നയിച്ചു. എക്സ്റേയിൽ ഒരു കോണിൽ നിന്നുള്ള ചിത്രമാണ് കിട്ടുന്നതെങ്കിൽ സി.ടി സ്കാനിംഗിൽ 360 ഡിഗ്രിയിലുള്ള വ്യത്യസ്ത കോണുകളിൽ നിന്നും എക്സ്റേ ചിത്രം നമുക്ക് ലഭിക്കുന്നു. രോഗനിർണയം കൂടുതൽ കാര്യക്ഷമമാക്കാൻ ഇത് ഉപകരിക്കുന്നു. ശരീരത്തിന്റെ വിവിധ കോണിൽ നിന്നുമുള്ള കാഴ്ച രേഖപ്പെടുത്താനുള്ള ശ്രമത്തിന്റെ വിജയമായിരുന്നു സി.ടി.സ്കാൻ എന്ന സംവിധാനം.

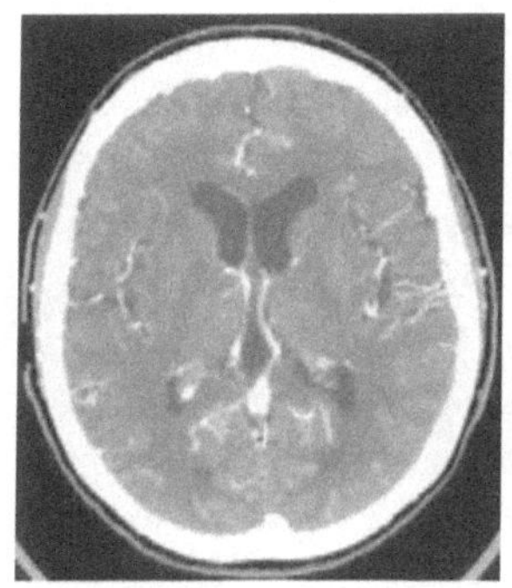

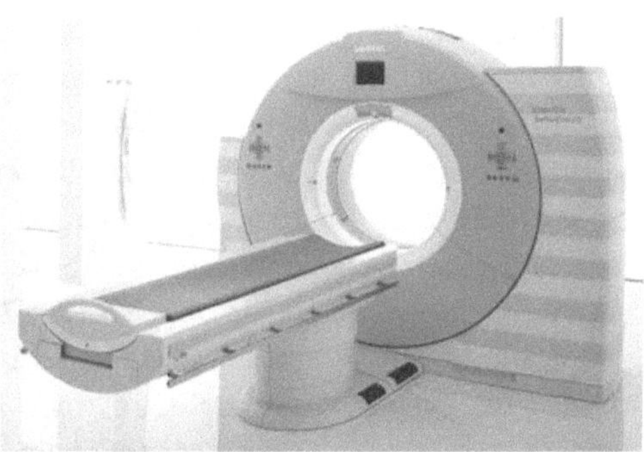

സി ടി സ്കാൻ

സി.ടി സ്കാൻ ശരീരത്തിന്റെ ആന്തരികാവയവങ്ങളുടെ ഒരു ത്രിമാന ചിത്രം പകർത്തിയെടുക്കുന്ന പ്രക്രിയയാണ്. ഒരുതരത്തിലുള്ള എക്സ്റേ ത്രിമാനചിത്രം എന്ന് പറയാവുന്നതാണ്. സി ടി സ്കാനിംഗിന് വിധേയരാക്കുന്നവരുടെ ശരീരത്തിന്റെ എല്ലാ കോണിൽ നിന്നുള്ളവയും തിരശ്ചീനവുമായ എക്സ്റേ ചിത്രങ്ങൾ നമുക്ക് ലഭിച്ചിരിക്കും. കേവലമായ എക്സ്റേ പരിശോധനക്ക് പുറമേ ഒരു വലിയ വസ്തുവിനെ ചെറിയ ചെറിയ ഭാഗങ്ങളായി തിരിച്ച് ഓരോ ഭാഗത്തിന്റെയും എക്സ്റേ കമ്പ്യൂട്ടർസാങ്കേതികവിദ്യയുടെ സഹായത്തോടെ രേഖപ്പെടുത്തുന്ന ടോമോഗ്രാഫി സംവിധാനം കൂട്ടിച്ചേർത്താണ് സി.ടി സ്കാൻ സംവിധാനം ചെയ്തിട്ടുള്ളത്. പരിശോധിക്കപ്പെടുന്ന ശരീരഭാഗങ്ങളുടെ അനേകം ഛേദതലങ്ങളുടെ എക്സ്റേ ചിത്രങ്ങൾ വ്യത്യസ്തകോണുകളിൽ നിന്നും എടുക്കുന്നു. ഇങ്ങനെ ലഭിക്കുന്ന സിഗ്നലുകളെ കമ്പ്യൂട്ടർ സഹായത്തോടെ ത്രിമാനചിത്രങ്ങളാക്കുന്നു. അതുകൊണ്ടാണ് സി ടി സ്കാനിനെ കമ്പ്യൂട്ടറൈസഡ് ആക്സിയൽ ടോമോഗ്രാഫി സ്കാൻ എന്ന് വിളിക്കുന്നത്.

ഒരാൾക്ക് സുഗമമായി കടക്കാൻ തക്കതായ വലുപ്പമുള്ള ഒരു ദ്വാരമാണ് ഈ യന്ത്രത്തിന്റെ പ്രധാനഭാഗം. സ്കാനിംഗ് നടത്തേണ്ടയാളെ ഒരു പരന്ന പ്രതലത്തിൽ കിടത്തി യന്ത്രത്തിന്റെ ഉള്ളിലേക്ക് കടത്തുന്നു. ഈ കുഴലിനുള്ളിൽ 360 ഡിഗ്രി കറങ്ങാൻ കഴിവുള്ള ഒരു വളയമുണ്ട്. ഇതിന്റെ ഒരു ഭാഗത്ത് എക്സ്റേ സ്രോതസ്സ് ഘടിപ്പിച്ചിരിക്കുന്നു. അതിന് നേരേ എതിർവശത്ത് എക്സ്റേ സ്വീകരണി സംവിധാനമുണ്ട്. സ്കാൻ നടത്തേണ്ട ശരീരഭാഗത്തിനു ചുറ്റും ഈ സംവിധാനം കറങ്ങുന്ന ഓരോ നിമിഷവും ശരീരഭാഗത്തിന്റെ ഓരോ എക്സ്റേ ചിത്രം വീതം എടുത്തുകൊണ്ടിരിക്കും. 360 ഡിഗ്രി കറങ്ങിത്തീരുമ്പോൾ ശരീരഭാഗത്തിന്റെ വ്യത്യസ്തമായ കോണുകളിൽ നിന്നുള്ള നിരവധി എക്സ്റേ ചിത്രങ്ങൾ എടുത്ത് കഴിഞ്ഞിട്ടുണ്ടാകും. ആളെ അല്പം കൂടി ഉള്ളിലേക്ക്

നീക്കിയിട്ട് വീണ്ടും ഇതേ പ്രക്രിയകൾ ആവർത്തിച്ചാൽ അടുത്ത ശരീര ഭാഗത്തിന്റെ ചിത്രങ്ങളും ലഭ്യമാകും. ഈ രീതിയിൽ ശരീരം പൂർണമായും സ്കാൻ ചെയ്യുവാൻ സി.ടിക്ക് കഴിയും. ഈ ചിത്രങ്ങൾ ഒരു കമ്പ്യൂട്ടറിലാണ് ശേഖരിക്കപ്പെടുന്നത്. ഈ ചിത്രങ്ങളെയെല്ലാം കൂട്ടിയിണക്കി ശരീരഭാഗത്തിന്റെ ഒരു ത്രിമാന എക്സ്റേ ചിത്രം വളരെ പെട്ടെന്നുതന്നെ കമ്പ്യൂട്ടർ നിർമിച്ച് തരുന്നു. സ്കാനിംഗ് നടക്കുമ്പോൾ തന്നെ തത്സമയം കമ്പ്യൂട്ടർ മോണിട്ടറിൽ എക്സ്റേ ചിത്രം കാണാൻ സാധിക്കുന്നു എന്ന പ്രത്യേകതയാണ് എടുത്തുപറയേണ്ട ഇതിന്റെ ഗുണങ്ങളിലൊന്ന്. കമ്പ്യൂട്ടറുകളുടെ വരവാണ് സി.ടി സ്കാൻ എന്ന സംവിധാനത്തെ കൂടുതൽ മികവുറ്റതാക്കിയത്. ഒരു കറക്കത്തിൽ പലപ്പോഴും പ്രൊഫൈലുകൾ എന്നറിയപ്പെടുന്ന ആയരിക്കണക്കിന് വിവരങ്ങളെ ഏകോപിപ്പിച്ച് ത്രിമാനചിത്രങ്ങൾ വരയ്ക്കുന്ന ചുമതലയാണ് കമ്പ്യൂട്ടറിന് ഉള്ളത്.

എക്സ് റേയിൽ രേഖപ്പെടുത്താൻ കഴിയാത്ത ശരീരത്തിലെ ലോലവും മൃദുവുമായ ഭാഗങ്ങൾ വ്യക്തമായി കാണാൻ കഴിയുമെന്നതാണ് സി ടി യുടെ പ്രധാന സവിശേഷത. ശരീരത്തിലെ എല്ലാ ഭാഗങ്ങളും സി റ്റി സ്കാന് വിധേയമാക്കാൻ കഴിയും. എങ്കിലും കൂടുതൽ പ്രയോജനം തലച്ചോറിന്റെ രോഗനിർണയം കൂടുതൽ സൂക്ഷ്മതയോടെ നടത്താൻ കഴിയുമെന്നതാണ്. തലച്ചോറിലെ ട്യൂമർ, രക്തപ്രവാഹം, പഴുപ്പ്, ജന്മവൈകല്യങ്ങൾ തുടങ്ങിയവ കണ്ടെത്താൻ സി.ടി വഴി വളരെ എളുപ്പത്തിൽ കഴിയും. ട്യൂമറിന്റെ സ്വഭാവത്തെക്കുറിച്ചും എതാണ്ട് വ്യക്തമായ ധാരണ ലഭിക്കാൻ സി.ടി സഹായിക്കും. സി.ടി സ്കാൻ നിരീക്ഷണത്തിലുള്ള സ്റ്റീരിയോറ്റാക്ടിക്ക് ശസ്ത്രക്രിയാരീതികളും (CT Guided Stereotactic Surgery) ആവിഷ്കരിക്കപ്പെട്ടിട്ടുണ്ട്. ശസ്ത്രക്രിയ കൂടുതൽ കാര്യക്ഷമതയോടെ നിർവഹിക്കാൻ ഇതുവഴി കഴിയുന്നു. സി.ടി സ്കാൻ പ്രയോഗത്തിൽ വന്നതോടെ ശസ്ത്രക്രിയ വഴിയുള്ള അപകടസാധ്യതകളും മരണനിരക്കും ഗണ്യമായി കുറയ്ക്കാൻ കഴിഞ്ഞിട്ടുണ്ട്. സി.ടി സ്കാൻ പ്രതിച്ഛായകളുടെ സഹായത്തോടെയാണ് ശസ്ത്രക്രിയ ഒഴിവാക്കി റേഡിയേഷൻചികിത്സ നൽകുന്ന റേഡിയോ സർജറി (Radio Surgery) ചികിത്സാരീതികൾ വികസിപ്പിച്ചെടുത്തിട്ടുള്ളത്. രോഗനിർണയത്തിന് മാത്രമല്ല രോഗചികിത്സക്കും സി റ്റി സ്കാൻ ഇങ്ങനെ വിവിധ തരത്തിൽ പ്രയോജനപ്പെടുന്നു. ദൃശ്യങ്ങൾക്ക് തീവ്രത കൂട്ടാനും തലച്ചോറിലെയും ട്യൂമറുകളുടെയും രക്തപ്രവാഹത്തെപ്പറ്റിയും രക്തക്കുഴലുകളുടെ തകരാറുകളെപ്പറ്റിയും പ്രത്യേകം പഠിക്കുന്നതിനുമായി വ്യതിരേകങ്ങൾ (Radiocontrast Agents) കുത്തിവച്ചുകൊണ്ടുള്ള പഠനങ്ങളും നടത്താറുണ്ട്.

ബ്രിട്ടീഷ് ശാസ്ത്രജ്ഞനായ ഗോഡ് ഫ്രേ ഹോൺസ്ഫീൽഡും (Godfrey Hounsfield : 1919-2004) അമേരിക്കൻ ശാസ്ത്രജ്ഞനായ അ

ഹോൺസ്ഫീൽഡ്

ലൻ മക്ലിയോഡ് കോർമാക്കും (Allan McLeod Cormack : 1924-98) വ്യത്യസ്ത കേന്ദ്രങ്ങളിൽ സ്വതന്ത്രമായി നടത്തിയ ഗവേഷണങ്ങളെ തുടർന്നാണ് സി.ടി സ്കാൻ രൂപകല്പന ചെയ്യപ്പെട്ടത്. ഹോൺസ്ഫീൽഡ് ബ്രിട്ടനിലെ സംഗീതവ്യവസായസ്ഥാപനമായ ഇ എം ഐ (ഇലക്ട്രിക്കൽ മ്യൂസിക്കൽ ഇൻഡസ്ട്രി) സെൻട്രൽ റിസർച്ച് ലാബറട്ടറിയിൽ നടത്തിയ പഠനങ്ങളെ തുടർന്ന് സി.ടി സ്കാന്റെ ആദ്യരൂപമായ ഇ എം ഐ സ്കാനർ ഇംഗ്ലണ്ടിലെ ആറ്റ്കിൻസൻ മോർലി ആശുപത്രിയിൽ സ്ഥാപിക്കുകയും ആദ്യത്തെ സി.ടി സ്കാൻ ചിത്രം 1971 ഒക്ടോബർ 1 ന് രേഖപ്പെടുത്തുകയും ചെയ്തു. സി.ടി സ്കാൻ ചിത്രങ്ങളുടെ ഡിജിറ്റൽ മാനകത്തെ ഹോൺസ്ഫീൽഡ് യൂണിറ്റ് എന്നാണ് നാമകരണം ചെയ്തിട്ടുള്ളത്. വായുവിന്റെ ഹോൺസ്ഫീൽഡ് യൂണിറ്റ് -1000 ആയും എല്ലിന്റേത് +1000 യൂണിറ്റായും നിശ്ചയിച്ചിരിക്കുന്നു. അക്കാലത്തെ പ്രസിദ്ധസംഗീതസംഘമായ ബീറ്റിൽസിന്റെ സാമ്പത്തികസഹായത്തോടെയാണ് ഹോൺസ്ഫീൽഡ് തന്റെ ഗവേഷണം വിജയകരമായി പൂർത്തിയാക്കിയതെന്ന് കരുതപ്പെടുന്നു. ആദ്യത്തെ സി.ടി സ്കാൻ തലയുടെ മാത്രം സ്കാൻ ചെയ്യാനുള്ളതായിരുന്നു. 1979ൽ ഹോൺസ്ഫീൽഡ് മനുഷ്യശരീരം മൊത്തം സ്കാൻ ചെയ്യാനുള്ള സി.ടി സ്കാൻ (Whole Body Scanner) നിർമിച്ചു. 1949ൽ ഇ എം ഐ ലാബറട്ടറിയിൽ ഗവേഷകനായി പ്രവേശിച്ച ഇലക്ട്രിക്കൽ എഞ്ചിനീയറായ ഹോൺസ്ഫീൽഡ് 1958ൽ ബ്രിട്ടനിലെ ആദ്യത്തെ ട്രാൻസിസ്റ്റർ ഉപയോഗിച്ചുകൊണ്ടുള്ള കമ്പ്യൂട്ടർ എമിഡെക്ക് (EMIDEC 1100) നിർമിച്ചതിലൂടെ ലോകശ്രദ്ധ ആകർഷിച്ചിരുന്നു.

കോർമാക്ക്

ദക്ഷിണാഫ്രിക്കൻ സ്വദേശിയായ കോർമാക്ക് കേപ്പ്ടൗൺ സർവകലാശാലയിൽ 1950കളിൽ നടത്തിയ പഠനങ്ങളെ തുടർന്ന് സി.ടി സ്കാൻ രീതിയുടെ അടിസ്ഥാനപ്രമാണങ്ങളിൽ പലതും ആവിഷ്കരിക്കുകയുണ്ടായി. കോർമാർക്കിന്റെ പഠനഫലങ്ങൾ കൂടി സ്വാംശീകരിച്ച് കൊണ്ടാണ് ഹോൺസ്ഫീൽഡ് പിന്നീട് ഇ എം ഐ സ്കാൻ സം

വിധാനം ചെയ്തത്. ഭൗതികശാസ്ത്രജ്ഞനായിരുന്ന കോർമാക്ക് പിന്നീട് അമേരിക്കയിലെ മസാച്ചുസെറ്റ്സ് സംസ്ഥാനത്തെ ടഫ്റ്റ് സർവകലാശാലയിൽ ഗവേഷണം തുടരുകയും അമേരിക്കൻ ശാസ്ത്രജ്ഞയായ, ബാർബറാ സീവ് (Barbara Seave)നെ വിവാഹം കഴിച്ച് അമേരിക്കൻ പൗരത്വം സ്വീകരിക്കയും ചെയ്തു. കാൻസർ രോഗബാധയെ തുടർന്ന് കോർമാക്ക് 74-ാമത്തെ വയസ്സിൽ നിര്യാതനായി. **ഹോൺസ്ഫീൽഡിനും കോർമാക്കിനും കമ്പ്യൂട്ടർ അസിസ്റ്റഡ് ടോമോഗ്രാഫി വികസിപ്പിച്ചെടുത്തതിന് 1979ലെ വൈദ്യശാസ്ത്രനോബൽ സമ്മാനം ലഭിച്ചു.**

സി.ടി സ്കാൻ സങ്കേതത്തിൽ പുതിയ നിരവധി പരിഷ്കാരങ്ങൾ അടുത്തകാലത്ത് പ്രാബല്യത്തിൽ വന്നിട്ടുണ്ട്. സെനോൺ വാതകം ശ്വസിച്ചുകൊണ്ട് രേഖപ്പെടുത്തുന്ന സി ടി സ്കാനിൽ (Xenon-enhanced CT Scan) തലച്ചോറിലെ രക്തപ്രവാഹം കൃത്യമായി മനസ്സിലാക്കാൻ കഴിയും. തലച്ചോറിലേക്കുള്ള രക്തപ്രവാഹത്തിന് തടസ്സം ഉണ്ടാകാനിടയുള്ള പക്ഷാഘാതം (Sroke), തലയ്ക്കുണ്ടാകുന്ന പരിക്കുകൾ തുടങ്ങിയ രോഗാവസ്ഥകളിൽ ഈ രീതിയിലുള്ള സി.ടി സ്കാൻ ഏറെ പ്രയോജനകരമാണ്. എക്സ്റേ വികിരണം കഴിയുന്നത്ര കുറച്ച് ഉപയോഗിക്കുന്ന സി.ടി സ്കാൻ ഇപ്പോൾ ലഭ്യമാണ്. എക്സ്റേ വികിരണം ഉളവാക്കാനിടയുള്ള പ്രത്യാഘാതങ്ങൾ വളരെ കുറയ്ക്കാൻ ഇതുവഴി കഴിഞ്ഞിട്ടുണ്ട്. തലച്ചോറ്, ശ്വാസകോശം, ഹൃദയം തുടങ്ങിയ ആന്തരികാവയവങ്ങളുടെ 3 ഡി പ്രതിബിംബം നിർമിക്കുന്ന സി.ടി സ്കാനുകളും ഇപ്പോൾ ലഭ്യമാണ്. 320 പരിച്ഛേദങ്ങളുടെ സ്ഥാനത്ത് 640 പരിച്ഛേദങ്ങൾ എടുക്കുന്ന സി.ടി സ്കാനുകളും ഇപ്പോഴുണ്ട്. തലച്ചോറിലെ വളരെ ചെറിയ ട്യൂമറുകളും മറ്റും കണ്ടുപിടിക്കാൻ ഇത്തരം സ്കാനറുകൾ സഹായിക്കും. ഗാമാവികിരണം ഉപയോഗിച്ചുകൊണ്ടുള്ള ടോമോഗ്രാഫി സ്കാനാണ് സിംഗിൾ ഫോട്ടോൺ എമിഷൻ കമ്പ്യൂട്ടഡ് ടോമോഗ്രാഫി : സ്പെക്റ്റ് (Single Photon Emission Computed Tomography : SPECT). ശരീരത്തിന്റെ ത്രിമാനചിത്രമാണ് ഈ സങ്കേതത്തിലൂടെ ലഭിക്കുന്നത്. തലച്ചോറിലെ ഒരു പ്രത്യേക ഭാഗത്തിന്റെ ചയാപചയവും രക്തപ്രവാഹവും നിർണയിക്കാൻ സ്പെക്റ്റ് സഹായിക്കും. തുടങ്ങിയ ബോധതലത്തെ ബാധിക്കുന്ന സ്കീസോഫ്രീനിയ, ഡിമൻഷിയ രോഗങ്ങളെ സംബന്ധിച്ച് വ്യക്തമായ വിവരം ലഭിക്കാൻ സ്പെക്ട് പ്രയോജനപ്പെടുത്തി വരുന്നു.

എം ആർ ഐ സ്കാൻ (Magnetic Resonance Imaging)

എക്സ്റേയും സിടിയും ശരീരത്തിന് ഹാനികരമായേക്കാവുന്ന വൈദ്യുതകാന്തികതരംഗങ്ങളായ എക്സ്റേ ഉപയോഗിച്ചാണ് ചിത്രീകരണം നടത്തുന്നത്. അപകടസാധ്യത തീരെയില്ലാത്ത സ്കാനിംഗ്

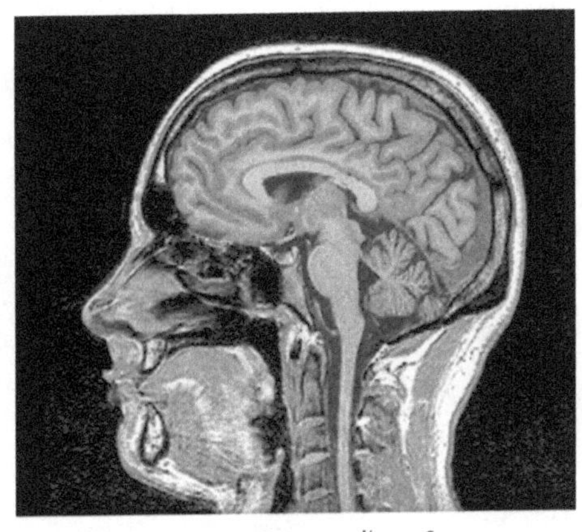
എം ആർ ഐ സ്കാൻ

രീതിയാണ് എം ആർ ഐ (മാഗ്നെറ്റിക്ക് റെസണൻസ് ഇമേജിംഗ്). നമ്മുടെ ശരീരത്തിൽ വലിയ അളവിലുള്ള ജലത്തിലും കൊഴുപ്പിലും ഹൈഡ്രജൻ തന്മാത്രകൾ ധാരാളം അടങ്ങിയിരിക്കുന്നു. ശരീരത്തിലെ ഹൈഡ്രജന്റെ സാന്നിധ്യം പ്രയോജനപ്പെടുത്തിയാണ് എം.ആർ.ഐ എന്ന സാങ്കേതികവിദ്യ ആന്തരികാവയവങ്ങളുടെ ഛായ നിർമ്മിക്കുന്നത്. ഹൈഡ്രജന്റെ ന്യൂക്ലിയസ്സ് ഏതാണ്ട് പ്രോട്ടോണിനോട് തുല്യമാണ് എന്ന് പറയാം. ഇവ അവയ്ക്കിഷ്ടമുള്ള ദിശയിൽ ഒരു പമ്പരംപോലെ കറങ്ങിക്കൊണ്ടിരിക്കും. സ്പിൻ എന്ന ഈ സവിശേഷത മൂലം ഇത്തരം ന്യൂക്ലിയസ്സുകൾ ഒരു ചെറിയ കാന്തമായി പ്രവർത്തിക്കുന്നു. സാധാരണഗതിയിൽ ഓരോ ന്യൂക്ലിയസ്സുകളും വിവിധ ദിശയിലായിരിക്കും സ്പിൻ ചെയ്യുക. എന്നാൽ ഒരു കാന്തികമണ്ഡലത്തിലെത്തിയാൽ ഇവയുടെ കറക്കമെല്ലാം ഒരേ ദിശയിലേക്ക് മാറ്റപ്പെടും. അതിശക്തമായ കാന്തികക്ഷേത്രത്തിലാണ് നമ്മുടെ ശരീരമെങ്കിൽ ഈ ഹൈഡ്രജൻ ന്യൂക്ലിയസ്സുകൾ എല്ലാം ഒരേ ദിശയിൽ നിലകൊള്ളും. ഈ സമയത്ത് നിശ്ചിത ഫ്രീക്വൻസിയുള്ള വൈദ്യുതകാന്തികതരംഗം പ്രയോഗിച്ചാൽ വൈദ്യുതകാന്തികവലയത്തിന്റെ സ്വാധീനത്തിൽപെട്ട് ചില ന്യൂക്ലിയസ്സുകളുടെ ദിശയ്ക്ക് വ്യത്യാസം വരും. അല്പം ഊർജം ആഗിരണം ചെയ്തുകൊണ്ടാണ് ഈ ദിശമാറ്റം സംഭവിക്കുക. കാന്തികവലയം ഇല്ലാതാകുന്ന നിമിഷം ഹൈഡ്രജൻ ന്യൂക്ലിയസ്സുകളെല്ലാം വീണ്ടും കാന്തികമണ്ഡലത്തിന്റെ ദിശയിലേക്ക് മാറ്റപ്പെടും. ശരീരകലകളുടെ സ്വഭാവമനുസരിച്ചാണ് ഈ മാറ്റം സംഭവിക്കുന്നത്. ഈ മാറ്റത്തിലൂടെയുണ്ടാവുന്ന ഊർജനഷ്ടം ഒരു സിഗ്നലായി പുറത്തുവരും. ഈ സിഗ്നലിനെ തിരിച്ചറിയാനുള്ള സംവിധാനമുണ്ടെങ്കിൽ കമ്പ്യൂട്ടറുകളുടെ സഹായത്തോടെ ഇതുപയോഗിച്ച് ഒരു ചിത്രം നിർമിക്കാവുന്നതാണ്. എം.ആർ ഐ യുടെ അടിസ്ഥാനവും ഇതാണ്. കാന്തികക്ഷേത്രത്തിന്റെ തീവ്രത അനുസരിച്ചാണ് ഏത് ഫ്രീക്വൻസിയിലുള്ള തരംഗമാണ് പ്രയോഗിക്കേണ്ടത് എന്നത് നിർണയിക്കപ്പെടുന്നത്. പ്രയോഗിക്കപ്പെടുന്ന റേഡിയോതരംഗം ഹൈഡ്രജൻ ന്യൂക്ലിയസ്സുകളുമായി റെസണൻസ് എന്ന അവസ്ഥയിൽ എത്തുമ്പോൾ മാത്രമേ ഊർജകൈമാറ്റം നടക്കുകയുള്ളൂ. ഈ റെസണൻസിനെ നിർണയിക്കുന്നത് കാന്തികക്ഷേ

ത്രത്തിന്റെ തീവ്രതയാണ്. അതു കൊണ്ടാണ് എം.ആർ.ഐ (മാഗ്നറ്റിക്ക് റെസണൻസ് ഇമേജിംഗ്) എന്ന പേര് ഈ സംവിധാനത്തിന് വന്നത്. ന്യൂക്ലിയർ മാഗ്നെറ്റിക്ക് റെസണൻസ് ഇമേജിംഗ് എന്നാണ് ഈ പ്രതിഭാസത്തിന്റെ മുഴുവൻ പേര്. എങ്കിലും ചികിത്സാരംഗത്ത് ന്യൂക്ലിയർ എന്ന വാക്ക് ആശയക്കുഴപ്പം സൃഷ്ടിക്കും എന്നതിനാൽ ഒഴിവാക്കുകയായിരുന്നു.

എം.ആർ.ഐ യന്ത്രത്തിന്റെ പ്രധാന ഭാഗങ്ങൾ

അതിശക്തമായ ഒരു കാന്തികമണ്ഡലം എം.ആർ.ഐ സ്കാനിംഗിന് അത്യന്താപേക്ഷിതമാണ്. സാധാരണ കാന്തങ്ങൾക്കൊന്നും തന്നെ ഇത്രയും കാന്തികമണ്ഡലം സൃഷ്ടിക്കാനുള്ള കഴിവില്ല. അതുകൊണ്ട് തന്നെ അതിചാലകവൈദ്യുതകാന്തങ്ങളാണ് (Superconducting Eletcromagnets) എം.ആർ.ഐയിൽ ഉപയോഗിക്കുന്നത്. ഭൂമിയുടെ വൈദ്യുതവലയത്തിന്റെ ഒരുലക്ഷം ഇരട്ടിവരെ ശക്തമായ കാന്തികമണ്ഡലം സൃഷ്ടിക്കാൻ കഴിവുള്ള കാന്തങ്ങളാണിവ. 5 ടെസ്ല മുതൽ 3 ടെസ്ല വരെയാണ് ഇവ സൃഷ്ടിക്കുന്ന കാന്തികമണ്ഡലത്തിന്റെ ശക്തി. (1 ടെസ്ല = 10000 ഗോസ്, ഭൂമിയുടെ കാന്തികമണ്ഡലത്തിന്റെ ശക്തിശരാശരി 0.5 ഗോസ് ആണ്). അതിചാലകത എന്ന പ്രതിരോധം ഇല്ലാത്ത അവസ്ഥ ഉണ്ടാക്കണമെങ്കിൽ വൈദ്യുതി കടന്നുപോകുന്ന കോയിലുകളെ കേവലപൂജ്യത്തിനോടടുത്ത താപനിലയിലേക്ക് തണുപ്പിക്കേണ്ടതുണ്ട്. ദ്രാവകഹീലിയമാണ് ഇതിനായി പ്രയോജനപ്പെടുത്തുന്നത്. അതുകൊണ്ടുതന്നെ വളരെ ചെലവേറിയ ഒരു സങ്കേതമാണ് എം.ആർ.ഐ.

ഗ്രേഡിയന്റ് കാന്തങ്ങൾ എന്ന മൂന്ന് ചെറിയ കാന്തങ്ങളാണ് എം.ആർ.ഐ യുടെ പ്രധാന ഭാഗം. 200 മുതൽ 300 ഗോസ് വരെ ശക്ത

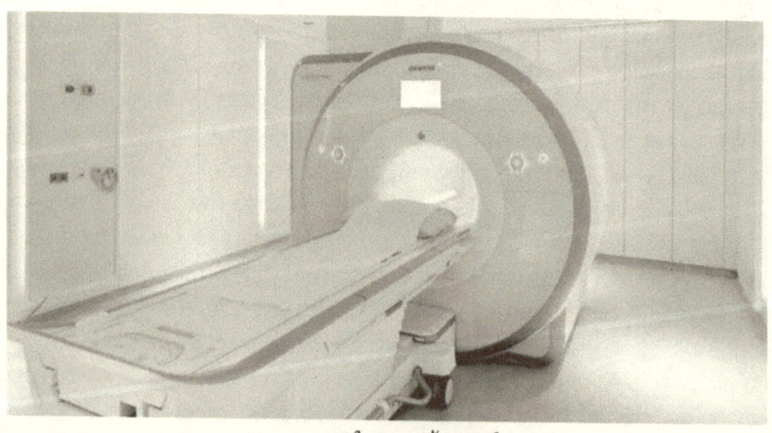

എം.ആർ.ഐ സ്കാനർ

പീറ്റർ മാൻസ്ഫീൽഡ്

മായ കാന്തികമണ്ഡലം സൃഷ്ടിക്കാൻ കഴിവുള്ള വൈദ്യുതകാന്തങ്ങളാണിവ. കാന്തികമണ്ഡലത്തിന്റെ തീവ്രത നിയന്ത്രിക്കാനുള്ള സംവിധാനവും ഇതിലുണ്ട്. റേഡിയോ ആവൃത്തികളിലുള്ള വൈദ്യുത കാന്തികതരംഗം സൃഷ്ടിക്കാനുള്ള കോയിലുകളാണ് മറ്റൊന്ന്. ഇത് യന്ത്രത്തിന്റെ വളരെ പ്രധാനപ്പെട്ട മറ്റൊരു ഭാഗമാണ്. ശരീരത്തിന്റെ വിവിധ ഭാഗങ്ങൾക്കായി വിവിധ ആവൃത്തികളിൽ തരംഗങ്ങൾ സൃഷ്ടിക്കാൻ കഴിവുള്ള വിവിധ കോയിലുകൾ പ്രയോജനപ്പെടുത്തുന്നു. തല, കഴുത്ത്, തോള്, മുട്ട് തുടങ്ങി വിവിധ ഭാഗങ്ങൾക്കായി വ്യത്യസ്ത കോയിലുകളാണ് ഉപയോഗിക്കുന്നത്. ഈ സംവിധാനങ്ങളെല്ലാം തന്നെ വലിയ ഒരു വളയത്തിലാണ് ഉറപ്പിച്ചിരിക്കുന്നത്. ഈ വളയത്തിന്റെ നടുക്കുള്ള തുറന്ന ഭാഗത്താണ് സ്കാൻ ചെയ്യേണ്ട ആളെ കയറ്റിവിടുന്നത്. ഇതിനായുള്ള പ്രത്യേകതരം പലകകളും യന്ത്രത്തോടനുബന്ധിച്ചുണ്ട്.

സ്കാൻ ചെയ്യേണ്ടയാളെ ഒരു പ്രത്യേകതരം പ്രതലത്തിൽ കിടത്തി യന്ത്രത്തിനുള്ളിലേക്ക് കടത്തിവിടുന്നു. അതിചാലകതാകാന്തം സൃഷ്ടിക്കുന്ന ശക്തമായ കാന്തികക്ഷേത്രത്തിലായിരിക്കും ആ വ്യക്തിയുടെ ശരീരം. അതോടെ ശരീരത്തിലെ ഹൈഡ്രജൻ ന്യൂക്ലിയസ്സുകളെല്ലാം കാന്തികമണ്ഡലത്തിനനുസരിച്ച് അണിനിരക്കപ്പെടും. തുടർന്ന് വൈ ദ്യുത കാന്തികതരംഗം ശരീരത്തിലേക്ക് കടത്തിവിടും. ശരീരത്തിന്റെ ഏത് ഭാഗമാണോ സ്കാൻ ചെയ്യേണ്ടത് ആ ഭാഗത്തിന് ചുറ്റുമായിട്ടാണ് റേഡിയോതരംഗത്തിന്റെ പ്രയോഗം. നിരന്നുനിൽക്കുന്ന ഹൈഡ്രജൻ ന്യൂക്ലിയസ്സുകളിൽ പലതിന്റെയും ദിശയ്ക്ക് ഇതോടെ മാറ്റം വരും. വൈദ്യുതകാന്തികതരംഗം ഇടവിട്ട് നൽകുന്നു. ഈ കാന്തികതരംഗം ഇല്ലാതാവുന്ന സമയത്ത് ഹൈഡ്രജൻ ന്യൂക്ലിയസ്സുകൾ പഴയ അവസ്ഥയിലേക്ക് വരികയും അധികമുള്ള ഊർജ്ജം ഒരു സിഗ്നലായി പുറത്തുവരികയും ചെയ്യും. ഈ സിഗ്നലിനെ തിരിച്ചറിയാനും രേഖപ്പെടുത്താനുമുള്ള സംവിധാനങ്ങൾ യന്ത്രത്തിനകത്ത് സജ്ജീകരിച്ചിട്ടുണ്ട്. സ്കാൻ ചെയ്യപ്പെടുന്ന ശരീരഭാഗങ്ങളിൽ

പോൾ ലോട്ടർബർ

രോഗാവസ്ഥയുണ്ടാക്കുന്ന മാറ്റങ്ങളനുസരിച്ചാണ് ഹൈഡ്രജൻ ന്യൂക്ലിയസ്സുകൾ ചലിക്കുന്നതും പൂർവസ്ഥിതിയെ പ്രാപിക്കുന്നതും. ഗ്രേഡിയന്റ് കാന്തങ്ങൾ. സ്കാനിംഗിന് വിധേയമാക്കുന്ന ശരീരഭാഗത്തിന്റെ നിരവധി പ്രതിച്ഛായകൾ രേഖപ്പെടുത്തുന്നു. കാന്തികമണ്ഡലത്തിന് തുടർച്ചയായി മാറ്റം വരുന്ന ശരീരഭാഗത്ത് നിന്നുള്ള സിഗ്നലുകളെ മാത്രമേ യന്ത്രം സ്വീകരിക്കുകയും രേഖപ്പെടുത്തുകയും ചെയ്യുകയുള്ളൂ. തന്മൂലം ഏത് ആന്തരികാവയവങ്ങളുടെയും ഏത് തലത്തിലുമുള്ള ചിത്രവും എടുക്കാൻ കഴിയുന്നു. യന്ത്രം സ്വീകരിക്കുന്ന സിഗ്നലുകളെ ഗണിതസമവാക്യങ്ങളുടെ സഹായത്തോടെയാണ് ചിത്രമാക്കി മാറ്റുന്നത്. ഇതിനായി കമ്പ്യൂട്ടറുകളെ പ്രയോജനപ്പെടുത്തുന്നു. നിരവധി ചിത്രങ്ങൾ എടുക്കേണ്ടതു കൊണ്ടുതന്നെ വളരെയേറെ സമയമെടുക്കുന്ന ഒരു പ്രക്രിയയാണ് എം.ആർ.ഐ സ്കാനിംഗ്. അരമണിക്കൂർ മുതൽ രണ്ട് മണിക്കൂർ വരെ ഇതിനായി ചെലവഴിക്കേണ്ടി വന്നേക്കാം.

സി.ടി സ്കാനെ അപേക്ഷിച്ച് എക്സ്റേ പാർശ്വഫലങ്ങൾ എം.ആർ.ഐ പരിശോധനയ്ക്ക് തീരെയില്ല എന്ന് മാത്രമല്ല, സി.ടിയിൽ നിന്നും ലഭിക്കുന്നതിനേക്കാൾ കൂടുതൽ സൂക്ഷ്മവിവരങ്ങൾ രോഗനിർണയത്തിനായി ലഭിക്കുകയും ചെയ്യും എന്നതാണ് എം.ആർ.ഐ യുടെ പ്രധാന നേട്ടം. അതിശക്തമായ കാന്തികവലയം ഉള്ളതിനാൽ ഹൃദയ പ്രവർത്തനത്തെ നിയന്ത്രിക്കുന്ന പേസ്മേക്കർ, അസ്ഥികളിൽ ശസ്ത്രക്രിയാനന്തരം ഘടിപ്പിക്കുന്ന ഇംപ്ലാന്റുകൾ, ഇൻഫ്യൂഷൻ കത്തീറ്ററുകൾ, അനൂറിസം ക്ലിപ്പുകൾ തുടങ്ങിയവ ഉപയോഗിക്കുന്ന രോഗികളെ എം.ആർ.ഐ. സ്കാനിന് വിധേയമാക്കാനാവില്ല. അങ്ങനെയുള്ള രോഗികളിൽ എം.ആർ.ഐ പരിശോധന ഒഴിവാക്കേണ്ടിവരും. തലച്ചോറിലെ അണുബാധകൾ, പഴുപ്പ്, ട്യൂമറുകൾ, പിറ്റ്യൂട്ടറി ഗ്രന്ഥിയുടെ തകരാറുകൾ, തലച്ചോറിൽ വെള്ളം കെട്ടുന്ന അവസ്ഥ തുടങ്ങിയവയ്ക്കും നവജാതശിശുക്കൾ, കുട്ടികൾ, ഗർഭിണികൾ എന്നിവരിലും സി.ടി. യെക്കാൾ എം.ആർ.ഐ ആണ് കൂടുതൽ ഉത്തമം.

എം.ആർ.ഐ സങ്കേതം വികസിപ്പിച്ചെടുക്കുന്നതിൽ സംഭാവന നൽകിയ അമേരിക്കൻ ഇല്ലിനോയ്സ് സർവകലാശാലയിലെ രസതന്ത്രജ്ഞൻ പോൾ ലോട്ടർബർ, (Paul Christian Lauterbur : 1929-2007), ബ്രിട്ടീഷ് നോട്ടിങ്ഹാം സർവകലാശാലയിലെ ഭൗതികശാസ്ത്രജ്ഞൻ പീറ്റർ മാൻസ്ഫീൽഡ് (Peter Mansfield : 1933) എന്നിവർക്ക് 2003ൽ വൈദ്യശാസ്ത്രത്തിനുമുള്ള നോബൽ പുരസ്കാരങ്ങൾ ലഭിച്ചു.

സി.ടി.-എം.ആർ.ഐ താരതമ്യം

എക്സ്റേ വികിരണം ഉപയോഗിക്കുന്നു എന്നതാണ് സി.ടി സ്കാന്റെ പരിമിതി. റേഡിയേഷൻ വികിരണമില്ലാത്തതുകൊണ്ട് എം.ആർ.ഐ കുറേക്കൂടി സുരക്ഷിതമായ പരിശോധനയാണ്.

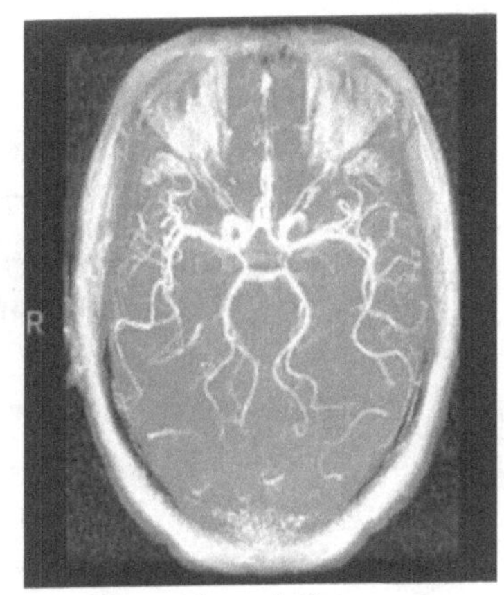

എം ആർ ആൻജിയോഗ്രാം

അമേരിക്കയിൽ കാൻസർരോഗികളിൽ 0.4% പേർക്ക് രോഗബാധയുണ്ടായത് സി ടി സ്കാൻ അമിതമായി ഉപയോഗിച്ചതിന്റെ ഫലമായിട്ടാണെന്ന് കരുതപ്പെടുന്നു. ഡി എൻ എ ഘടനയിൽ ചില തകരാറുകൾ (DNA Double Strand Breaks) എം.ആർ.ഐ സ്കാൻ ചെയ്യുമ്പോൾ സംഭവിക്കാമെന്ന് റിപ്പോർട്ട്ചെയ്യപ്പെട്ടിട്ടുണ്ട്. എന്നാൽ ഇതിന്റെ ഫലമായി ശാരീരികവൈകല്യങ്ങൾ ഉണ്ടാവുന്നതായി കണ്ടെത്തിയിട്ടില്ല. സി.ടി സ്കാനിൽ ഉപയോഗിക്കുന്ന അയഡിൻ അടങ്ങിയ വ്യതിരേകം വൃക്കകൾക്ക് തകരാറുണ്ടാക്കാനിടയുണ്ട്. എന്നാൽ എം.ആർ.ഐയിൽ ഉപയോഗിക്കുന്ന ഗഡോലിനിയം (Gadolinium) താരതമ്യേന സുരക്ഷിതമായ വ്യതിരേകമാണ്. എം.ആർ.ഐ യന്ത്രം സ്കാൻ ചെയ്യുന്ന അവസരത്തിലുണ്ടാക്കുന്ന ശബ്ദം പലർക്കും അരോചകമായി അനുഭവപ്പെടാറുണ്ട്. പേസ്മേക്കറും മറ്റും ഉപയോഗിക്കുന്നവർക്ക് എം.ആർ.ഐ സ്കാൻ ചെയ്യാനാവില്ലെന്ന പരിമിതിയുമുണ്ട്. എം.ആർ.ഐ സ്കാന് ചെലവും കൂടുതലാണ്. രോഗങ്ങളുടെ സ്വഭാവമനുസരിച്ച് സി.ടി ക്കും എം.ആർ.ഐക്കും വ്യത്യസ്ത പ്രാധാന്യമാണുള്ളത്. എല്ലുകളുടെ തകരാറുകളും കാത്സ്യം അടങ്ങിയ ട്യൂമറുകളുടെ വിശദാംശങ്ങളും പരിശോധിക്കാൻ സി.ടി സ്കാനാണ് ഉചിതം. എന്നാൽ മൃദുഭാഗങ്ങളുടെ പഠനത്തിന് എം.ആർ.ഐ സ്കാൻ കൂടുതൽ പ്രയോജനപ്പെടുന്നു.

വിസരണ എം.ആർ.ഐ (Diffusion MRI)

ശരീരകലകളിലേക്കുള്ള ജലതന്മാത്രകളുടെ വിസരണം പഠനവിധേയമാക്കുന്ന എം ആർ ഐ സങ്കേതമാണിത്. പക്ഷാഘാതം, മൾട്ടിപ്പിൾ സ്ക്ലിറോസിസ് (Multiple Sclerosis) തുടങ്ങിയ മസ്തിഷ്ക രോഗങ്ങളെ സംബന്ധിച്ച് കൂടുതൽ വിവരങ്ങൾ ലഭിക്കാൻ ഈ രീതി സഹായകമാണ്.

എം ആർ ആഞ്ജിയോഗ്രാഫി (Magnetic Resonance Angiography)

തലച്ചോറിന്റെ രക്തധമനികളെ സംബന്ധിച്ചുള്ള പഠനത്തിനായി ഡൈ കുത്തിവച്ചുള്ള പരിശോധന ആവശ്യമായി വരും. ഇതിനായി താ

രതമ്യേന പാർശ്വഫലങ്ങൾ കുറഞ്ഞ ഗഡോലിനിയം ചേർന്ന ലായനിയാണ് എം.ആർ.ഐ യിൽ ഉപയോഗിക്കുന്നത്. തലച്ചോറിലെ മാത്രമല്ല മറ്റ് ശരീരഭാഗങ്ങളിലെ രക്തധമനികളെ ബാധിക്കുന്ന രോഗങ്ങളുടെ നിർണയത്തിനും എം.ആർ ആഞ്ജിയോഗ്രാഫി പ്രയോജനപ്പെടുന്നു. രക്തസിരകളെക്കുറിച്ച് (Veins) മനസ്സിലാക്കാൻ എം.ആർ വീനോഗ്രാഫി (Magnetic Resonance Venography : MRV)എന്ന സങ്കേതമാണ് ഉപയോഗിക്കുന്നത്

എം.ആർ സ്പെക്ട്രോസ്കോപ്പി Magnetic Resonance Spectroscopy: MRS) ശരീരകലകളിലെ ചയാപചയത്തെപറ്റി പഠിക്കുന്നതിനുള്ള എം.ആർ.ഐ സങ്കേതമാണ് എം. ആർ.എസ്. തലച്ചോറിലെ ട്യൂമറുകളുടെ ചയാപചയത്തെ സംബന്ധിച്ചുള്ള വിവരങ്ങൾ ഇതിലൂടെ ലഭിക്കും. ശസ്ത്രക്രിയക്ക് ശേഷമുള്ള റേഡിയേഷൻ തുടർചികിത്സ നിശ്ചയിക്കുന്നതിനും ട്യൂമറിന്റെ ഗുരുതരാവസ്ഥ മനസ്സിലാക്കുന്നതിനും എം.ആർ.എസ് പ്രയോജനപ്പെടും.

ഫങ്ക്ഷണൽ എം.ആർ.ഐ (Functional MRI : fMRI)

തലച്ചോറിലെ രക്തപ്രവാഹത്തിലുണ്ടാവുന്ന വ്യതിയാനങ്ങളാണ് എഫ്.എം.ആർ.ഐയിൽ നിർണയിക്കുന്നത്. അതിലൂടെ തലച്ചോറിന്റെ വിവിധ ഭാഗങ്ങളുടെ പ്രവർത്തനക്ഷമത മനസ്സിലാക്കാൻ കഴിയുന്നു. നാഡീവ്യൂഹപ്രവർത്തനങ്ങളുടെ ഫലമായുണ്ടാകുന്ന ഓക്സിജൻ ഉപയോഗനില അളക്കുകയാണ് ഈ സങ്കേതത്തിൽ ചെയ്യുന്നത്. ഓക്സീകരിക്കപ്പെട്ടതും അല്ലാത്തതുമായ ഹീമോഗ്ലോബിന്റെ അനുപാതമാണ് ഇവിടെ കണക്കാക്കുന്നത്. തലച്ചോറിന്റെ തകരാറു ബാധിച്ച ഭാഗത്തിന്റെ പ്രവർത്തനക്ഷമത ശസ്ത്രക്രിയ നടത്തുമ്പോൾ നിശ്ചയിക്കുന്നതിന് എഫ്.എം.ആർ.ഐ സഹായിക്കുന്നു. തലച്ചോറിന്റെ പരിക്ക്, രക്തപ്രവാഹതടസ്സം, ട്യൂമറുകൾ, അൽഷൈമേഴ്സ് രോഗം (Alzheimer's Disease) തുടങ്ങിയ രോഗാവസ്ഥകളുടെ നിർണയത്തിനായും ഫങ്ക്ഷണൽ എം.ആർ.ഐ ഉപയോഗിക്കാറുണ്ട്.

തത്സമയ എം.ആർ.ഐ (Realtime MRI, Interventional MRI)

ശരീരഭാഗങ്ങളെ തുടർച്ചയായി തത്സമയ എം.ആർ.ഐ സ്കാന് വിധേയമാക്കുന്ന രീതികളാണ് തത്സമയ എം.ആർ.ഐ, ഇന്റർവെൻഷണൽ എം ആർ ഐ തുടങ്ങിയവ. ശസ്ത്രക്രിയ നടത്തുമ്പോഴാണ് പ്രധാനമായും ഈ സങ്കേതങ്ങൾ ഉപയോഗിക്കുന്നത്

പോസിട്രോൺ എമിഷൻ ടോമോഗ്രാഫി (Positron Emission Tomography)

ഗാമാവികിരണമുപയോഗിച്ച് ശരീരത്തിന്റെ ത്രിമാനചിത്രങ്ങളെടുക്കുന്ന എറ്റവും ആധുനിക ഉപകരണങ്ങളിലൊന്നാണ് പോസിട്രോൺ എമിഷൻ റ്റോമോഗ്രാഫി (പെറ്റ്സ്കാൻ). തലച്ചോറിന്റെ വിവിധ ഭാഗങ്ങളിലേക്കുള്ള രക്തപ്രവാഹവും കലകളുടെ ചയാപചയവും സംബന്ധിച്ച് കൃത്യമായ വിവരങ്ങൾ പെറ്റ്സ്കാൻ വഴി ലഭിക്കും. പ്രധാനമായും കാൻസർ രോഗവ്യാപനം കണ്ടുപിടിക്കുന്നതിനായാണ് പെറ്റ് സ്കാൻ ഉപയോ

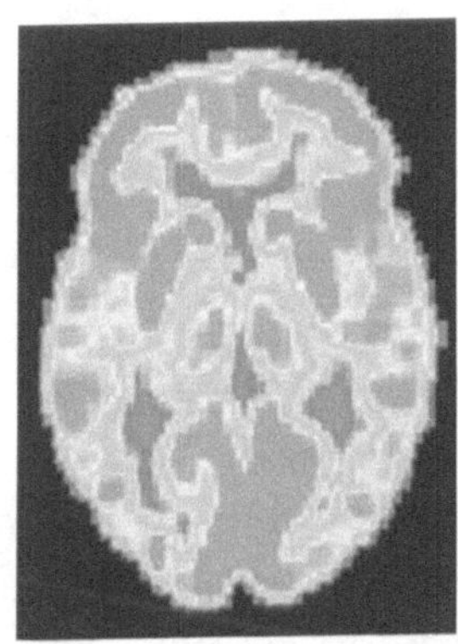
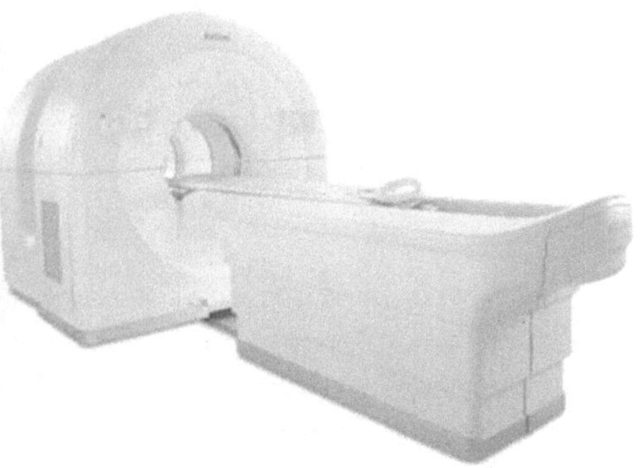

പി ഇ ടി സ്കാൻ

ഗിക്കുന്നത്. തലച്ചോറിനെ മൊത്തത്തിൽ ബാധിക്കുന്ന ഡിമൻഷിയ (Dementia), തലച്ചോറിന്റെ തകരാറുമൂലമുള്ള മാനസിക രോഗങ്ങൾ എന്നിവയുടെ പഠനത്തിനും പെറ്റ്സ്കാൻ പ്രയോജനപ്പെടും. പെറ്റ്സ്കാൻ മാർഗദർശനം (PET Image Guided) പ്രയോജനപ്പെടുത്തി തലച്ചോറിലെ ട്യൂമറുകളും രക്തക്കുഴലിനെ ബാധിക്കുന്ന തകരാറുകളും ത്രിമാനശസ്ത്രക്രിയക്കും റേഡിയേഷനും (Stereotactic surgery and Radio surgery) വിധേയമാക്കുന്നത് നല്ല ഫലസിദ്ധിക്ക് കാരണമാവുന്നുണ്ട്.

ഇലക്ട്രോ എൻസെഫലൊഗ്രാഫി (Electroencephalography - E E G)

മസ്തിഷ്കത്തിലെ നാഡീവ്യൂഹകോശങ്ങൾ ജനിപ്പിക്കുന്ന വിദ്യുത് സിഗ്നലുകൾ രേഖപ്പെടുത്തുന്ന വൈദ്യപരിശോധനാസംവിധാനമാണ് ഇലക്ട്രോ എൻസെഫലൊഗ്രാഫി (ഇ.ഇ.ജി). തലയോടിനെ ആവരണം ചെയ്യുന്ന തൊലിപ്പുറത്ത് അനേകം ഇലക്ട്രോഡുകൾ ഘടിപ്പിച്ചാണ് വിദ്യുത് പ്രവർത്തനം രേഖപ്പെടുത്തുന്നത്. ഏകദേശം അരമണിക്കൂർ തുടർച്ചയായി മസ്തിഷ്കത്തിന്റെ വിദ്യുത് പ്രവർത്തനം രേഖപ്പെടുത്തി

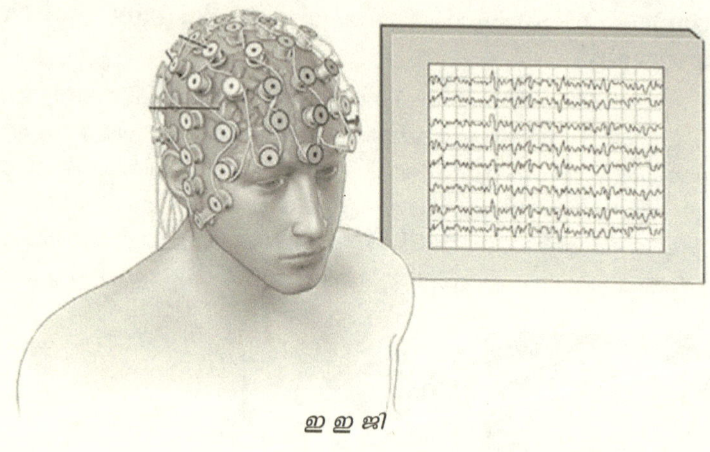

ഇ ഇ ജി

അവ തരംഗരൂപത്തിൽ ലഭ്യമാക്കുകയാണ് ഇ.ഇ.ജി യന്ത്രസംവിധാനം ചെയ്യുന്നത്. അപസ്മാരരോഗനിർണയത്തിനു അത്യന്താപേക്ഷിതമായ പരിശോധനയാണ് ഇ.ഇ.ജി. സന്നി (Fits) യുണ്ടാവുന്നത് അപസ്മാരം മൂലമോ, ഇതരകാരണങ്ങളാലോ എന്ന് വിലയിരുത്താൻ ഇ.ഇ.ജി അനിവാര്യമാണ്. വിവിധ തരത്തിലുള്ള മസ്തിഷ്കരോഗബാധ (Encephalopathy) വിലയിരുത്താൻ ഇ.ഇ.ജി ഉപകരിക്കുന്നു. അതിനിദ്ര (Coma) സംഭവിച്ച അവസ്ഥയിൽ മസ്തിഷ്കപ്രവർത്തനം വിലയിരുത്താനും നിദ്രാസ്വാസ്ഥ്യങ്ങൾ (Sleep disorders) പരിശോധനാവിധേയമാക്കാനും ഇ.ഇ.ജി നിർണായകമാണ്. മസ്തിഷ്കമരണം (Brain Death) നിശ്ചയിക്കാനും ഇ.ഇ.ജി ഉപയോഗിക്കാറുണ്ട് മസ്തിഷ്ക ട്യൂമറുകൾ തിരിച്ചറിയാൻ ഇ.ഇ.ജി ഉപയോഗിച്ചിരുന്നു. എന്നാൽ സി.ടി. സ്കാൻ, എം.ആർ.ഐ തുടങ്ങിയ പരിശോധനകൾ വ്യാപകമായതോടെ ഈ ആവശ്യത്തിനായി ഇ.ഇ.ജി ഉപയോഗിക്കപ്പെടാറില്ല. ഫങ്ക്ഷണൽ എം.ആർ.ഐ തുടങ്ങിയ മറ്റ് സങ്കേതങ്ങളോടൊപ്പം ഇ.ഇ.ജി യിൽ നിന്നും ലഭിക്കുന്ന വിവരങ്ങൾ കൂടി യോജിപ്പിച്ച് പല പഠനങ്ങളും നടത്താറുണ്ട്. തലച്ചോറിന്റെ ആഴത്തിലുള്ള ഭാഗങ്ങളുടെ പ്രവർത്തനം രേഖപ്പെടുത്തുന്നില്ല എന്നതാണ് ഇ.ഇ.ജിയുടെ പ്രധാന പരിമിതി. മനുഷ്യരിൽ ആദ്യമായി ഇ.ഇ.ജി രേഖപ്പെടുത്തിയതും ഇലക്ട്രോ എൻസെഫലോഗ്രാം എന്ന് ഈ സങ്കേതത്തിന് നാമകരണം ചെയ്തതും ജർമൻ മാനസികരോഗവിദഗ്ധനും ശരീരധർമ ശാസ്ത്രജ്ഞനുമായ ഹാൻസ് ബർഗറാണ് (Hans Berger : 1873-1941)

ഇലക്ട്രോകോർട്ടിക്കോഗ്രാഫി (Electrocorticography : ECoG)

തലച്ചോറിന്റെ ഉപരിതലത്തിൽ നേരിട്ട് എലക്ട്രോഡുകൾ പതിപ്പിച്ച് വിദ്യുത്സിഗ്നലുകൾ രേഖപ്പെടുത്തുന്ന രീതിയാണിത്. അപസ്മാരരോഗശസ്ത്രക്രിയ നടത്തുമ്പോൾ തകരാറുള്ള തലച്ചോറിന്റെ ഭാഗങ്ങൾ കണ്ടെത്തുന്നതിനായി 1950കളിൽ കാനഡയിലെ മോൺ ന്യൂറോളജിക്കൽ ഇൻസ്റ്റിറ്റ്യൂട്ടിലെ ന്യൂറോസർജന്മാരായ വിൽഡെർ പെൻഫീൽഡും (Wilder Penfield : 1891-1976) ഹേർബർട്ട് ജാസ്പറുമാണ് (Herbert Jasper : 1906-1999) ഈ സങ്കേതം ആദ്യമായി ഉപയോഗിച്ച് തുടങ്ങിയത്. പിന്നീട് തലച്ചോറിൽ മറ്റ് രോഗങ്ങൾക്കായി ശസ്ത്രക്രിയ നടത്തുമ്പോൾ സംസാരശേഷിക്കും മറ്റുമുള്ള തലച്ചോറിലെ സവിശേഷഭാഗങ്ങൾ വേർതിരിച്ചറിയുന്നതിനായി എക്കോജി ഉപയോഗിച്ചുതുടങ്ങി. ശ

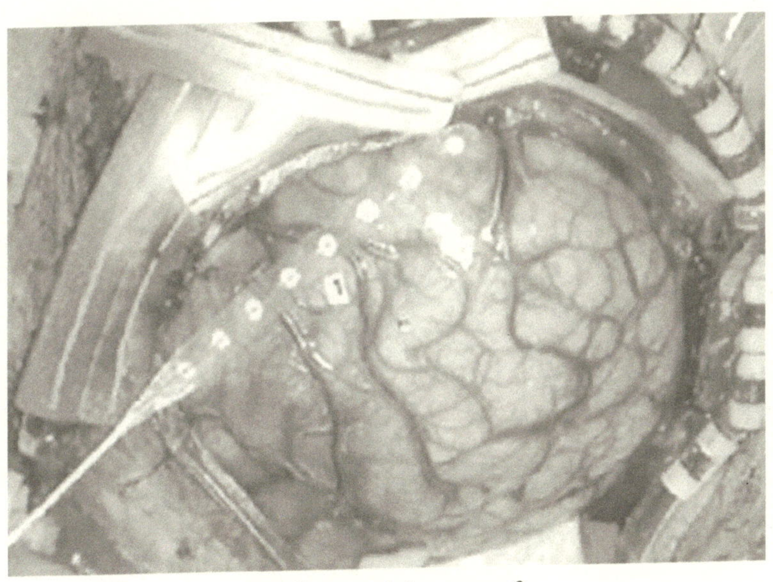

ഇലക്ട്രോകോർട്ടിക്കോഗ്രാഫി

സ്ത്രക്രിയ വഴിയുണ്ടാകുന്ന പാർശ്വഫലങ്ങളും അംഗവൈകല്യങ്ങളും ഒഴിവാക്കാൻ ഇതിലൂടെ കഴിയും.

മാഗ്നെറ്റോ എൻസെഫലോഗ്രാഫി: (Magneto- encephalography: MEG)

തലച്ചോറിലെ നാഡീ വ്യൂഹ വിദ്യുത്സിഗ്നലുകൾ സൃഷ്ടിക്കുന്ന

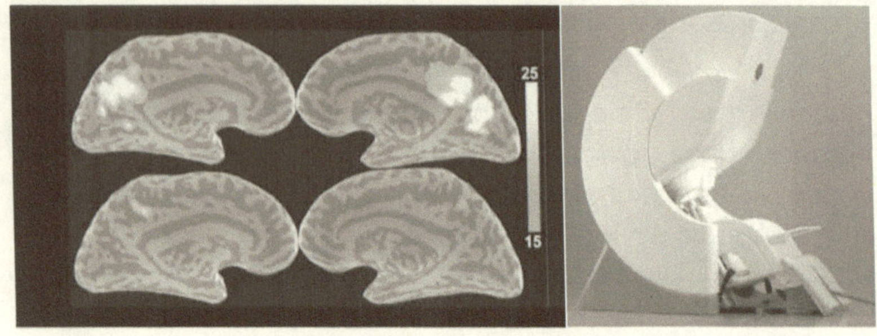

കാന്തികമണ്ഡലമാണ് എം.ഇ.ജിയിൽ പഠനവിധേയമാക്കുന്നത്. അപസ്മാരം, അൽഷൈ മേഴ്സ്, മൾട്ടിപ്പിൾ സ്ക്ലിറോസിസ്, സ്കീസോഫ്രീനിയ തുടങ്ങിയ രോഗങ്ങളുടെ ഗവേഷണത്തിനായി എം ഇ ജി ഉപയോഗിച്ചു വരുന്നു.

5

മസ്തിഷ്ക വിശേഷങ്ങൾ

ലോകം കണ്ട അസാമാന്യപ്രതിഭയായ ഐൻസ്റ്റൈന്റെ (Albert Einstein : 1879-1955) തലച്ചോറിന്റെ ഘടന പഠന വിധേയമാക്കാനുള്ള ശ്രമം ഒരു കുറ്റാന്വേഷണകഥയുടെ ഉദ്വേഗം ജനിപ്പിക്കുന്നതാണ്. ഐൻസ്റ്റൈന്റെ തലച്ചോറ് മരണശേഷം (1955 ഏപ്രിൽ 18) പ്രിൻസ്റ്റൺ സർവകലാശാലയിലെ പാത്താളജിസ്റ്റ് തോമസ് സ്റ്റോൾസ് ഹാർവെ (Thomas Stoltz Harvey : 1912-2007) ഓട്ടോപ്സി പരിശോധനക്ക് ശേഷം ആരെയും അറിയിക്കാതെ രഹസ്യമായി നീക്കം ചെയ്യുകയാണുണ്ടായത്. സർവകലാശാലയിലെ ജോലി നഷ്ടപ്പെട്ട ഹാർവെ ഐൻസ്റ്റൈന്റെ തലച്ചോറ് 240 കഷണങ്ങളായി മുറിച്ച് കേടുവരാതെ സെല്ലോയിഡിനിൽ (Celloidin) അമേരിക്കയിലെ ഫിലാഡെൽ ഫിയയിലുള്ള തന്റെ വീട്ടിൽ സൂക്ഷിച്ചു. 1978ൽ ഒരു പത്രപ്രവർത്തകൻ ഹാർവിയുടെ വീട്ടിൽ ഐൻസ്റ്റൈന്റെ തലച്ചോറ് സൂക്ഷിച്ചിട്ടുണ്ടെന്ന വിവരം ലോകശ്രദ്ധയിൽ കൊണ്ടുവന്നു. ഇതിന് ശേഷം ഹാർവിയുടെ ശ്രമഫലമായും അല്ലാതെയും നിരവധി പഠനങ്ങൾ ഐൻസ്റ്റൈന്റെ തലച്ചോറിനെപ്പറ്റി നടന്നു. ഐൻസ്റ്റൈന് അസാമാന്യ ബുദ്ധിശക്തി നൽകിയ തലച്ചോറിലെ പ്രത്യേകതകൾ കണ്ടെത്താനാണ് പഠനങ്ങൾ നടത്തിയത്. പരസ്പര വിരുദ്ധങ്ങളായ കണ്ടെത്തലുകൾ പലരും പ്രഖ്യാപിച്ചു. ഐൻസ്റ്റൈന്റെ തലച്ചോറിന്റെ തൂക്കം ശരാശരിയേക്കാൾ 10 ശതമാനം കുറവായിരുന്നുവെന്ന് (1250 ഗ്രാം) സ്ഥിരീകരിക്കപ്പെട്ടിട്ടുണ്ട്. തലച്ചോറിൽ ഗ്ലയൽ കോശങ്ങൾ കൂടുതലായിരുന്നുവെന്ന് ഒരു പഠനത്തിൽ പറയുന്നു. സെറിബ്രൽ അർധഗോളങ്ങളെ ബന്ധിപ്പിക്കുന്ന കോർപ്പസ് കലോസം മറ്റുള്ളവരുടേതിനേക്കാൾ കട്ടിയുള്ളതാണെന്ന് ചിലർ അഭിപ്രായപ്പെട്ടു. പരൈറ്റൽ ദളത്തിലെ ഒരു ഭാഗം ഐൻസ്റ്റൈന്റെ തലച്ചോറിൽ

ഐൻസ്റ്റൈൻ

കാണാനില്ലെന്ന് മറ്റൊരു പഠനത്തിൽ കാണുന്നു. എന്നാൽ ഇതുവരെ നടന്ന പഠനങ്ങളുടെയൊന്നും ആധികാരികത ശാസ്ത്രീയമായി അംഗീകരിക്കപ്പെട്ടിട്ടില്ല. ഐൻസ്റ്റൈന്റെ തലച്ചോറിന്റെ ഭാഗങ്ങൾ അമേരിക്കയിലെ നാഷണൽ ഹെൽത്ത് ആന്റ് മെഡിസിൻ മ്യൂസിയത്തിലും മുള്ളർ മ്യൂസിയത്തിലുമാണ് ഇപ്പോൾ സൂക്ഷിച്ചിട്ടുള്ളത്. അതിന്റെ മോഷണവും തുടർന്നു നടന്ന സംഭവങ്ങളും വിവരിക്കുന്ന അതീവ രസകരവും വിജ്ഞാനപ്രദവുമായ പുസ്തകം (*Possessing Genius: The Bizarre Odyssey of Einstein's Brain*) കരോളിൻ എബ്രാഹം എന്ന കനേഡിയൻ പത്രപ്രവർത്തക എഴുതിയിട്ടുണ്ട്.

ആൽഷിമറും അൽഷൈമേഴ്സ് രോഗവും

1907ൽ ജർമൻ ന്യൂറോപത്തോളജിസ്റ്റും മനോരോഗവിദഗ്ധനുമായ അലോഷ്യസ് ആൽഷിമറാണ് (Aloysius Alzheimer : 1864-1915) അൽഷൈമേഴ്സ് രോഗം എന്ന പ്രത്യേകതരം മേധാക്ഷയം വൈദ്യലോകത്തിന്റെ ശ്രദ്ധയിൽ ആദ്യമായി കൊണ്ടുവന്നത്. ഫ്രാങ്ക്ഫർട്ടിലെ മാനസികാരോഗ്യകേന്ദ്രത്തിൽ ചികിത്സയിലിരുന്ന 51 വയസ്സുള്ള അഗസ്റ്റെ ഡിറ്റർ (Auguste Deter) എന്ന വനിത പ്രകടിപ്പിച്ച പ്രത്യേകതരം പെരുമാറ്റങ്ങളും സമീപകാലസംഭവങ്ങളെപ്പറ്റിയുള്ള മറവിയും ആൽഷിമർ ശ്രദ്ധിച്ചു. ഡിറ്ററുടെ മരണശേഷം അവരുടെ തലച്ചോറിൽ പഠനം നടത്തിയ ആൽഷിമർ പിൽക്കാലത്ത് അൽഷൈമേഴ്സ് രോഗത്തിന്റെ കാരണമായി സൂചിപ്പിക്കപ്പെട്ട അമൈലോയിഡ് പ്ലാക്കുകൾ (Amyloid Plaques) കണ്ടെത്തി. 1906 നവംബർ 1ന് റ്റൂബിംഗനിൽ നടന്ന മാനസികരോഗവിദഗ്ധരുടെ സമ്മേളനത്തിൽ ആൽഷിമർ താൻ കണ്ടെത്തിയ പ്രത്യേകതരം ഓർമക്കുറവ് പ്രധാന ലക്ഷണമായ രോഗിയെപ്പറ്റി അവതരിപ്പിച്ച പ്രബന്ധം ആരും ശ്രദ്ധിക്കുകയുണ്ടായില്ല. 1907ൽ രോഗത്തെപ്പറ്റിയുള്ള കൂടുതൽ വിവരങ്ങളടങ്ങിയ പ്രബന്ധം അദ്ദേഹം പ്രസിദ്ധീകരിച്ചു. 1910ൽ എമിൽ ക്രാപെലിൻ (Emil Kraepelin : 1856-1926) എന്ന ജർമൻ മാനസികരോഗവിദഗ്ധൻ മാ

ആൽഷിമർ

നസികരോഗത്തെപ്പറ്റിയുള്ള തന്റെ ടെക്സ്റ്റ്ബുക്കിന്റെ എട്ടാം എഡിഷനിൽ മേധാക്ഷയത്തെക്കുറിച്ചുള്ള അധ്യായത്തിലാണ് പ്രത്യേകതരം മേധാക്ഷയമായി വേർതിരിച്ച ഈ രോഗത്തിന് ആൽഷിമറിന്റെ പേര് നൽകിയത്. 51 വയസ്സുകാരിയിൽ ആൽഷിമർ കണ്ടെത്തിയ മേധാക്ഷയം പക്ഷേ ഇപ്പോൾ 65 വയസ്സുകഴിഞ്ഞവരിലാണ് അൽഷൈമേഴ്സ് രോഗം എന്ന പേരിൽ അറിയപ്പെടുന്നത്.

സ്ത്രീ-പുരുഷമസ്തിഷ്കങ്ങൾ

സ്ത്രീ-പുരുഷവ്യത്യാസങ്ങൾ സൃഷ്ടിക്കുന്നത് രണ്ട് ഘടകങ്ങളാണ്. ഒന്ന് ശാരീരികം മറ്റൊന്നു സാമൂഹികം. ശാരീരികമായ വ്യത്യാസമാണ്

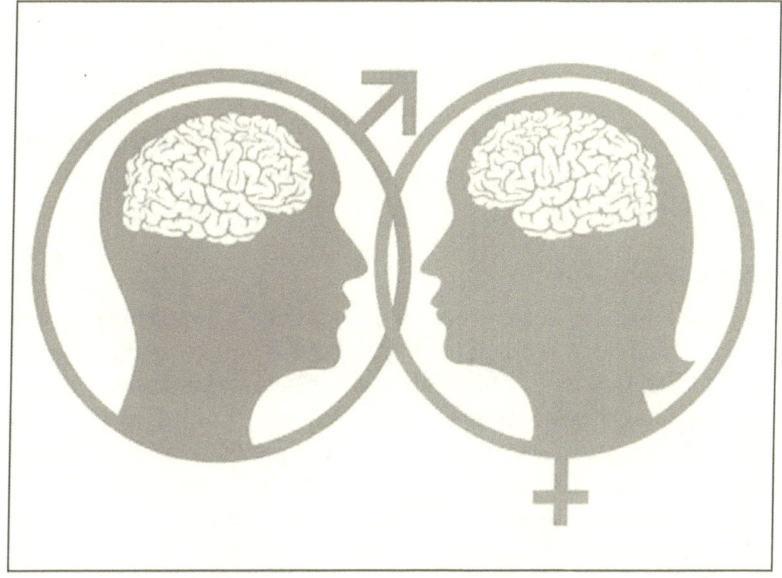

ലിംഗം (Sex) എന്നത് കൊണ്ട് അർത്ഥമാക്കുന്നത്, അതേയവസരത്തിൽ സമൂഹത്തിൽ സ്ത്രീക്കും പുരുഷനും കല്പിച്ച് നൽകിയിരിക്കുന്ന ലിംഗപദവി (Gender) ഒരു സാമൂഹികസൃഷ്ടിയാണ്. പുരുഷമേധാവിത്തപരമായ സമൂഹത്തിൽ സ്ത്രീകളെ ദുർബലരായി ചിത്രീകരിക്കുന്നതിന് ശാസ്ത്രത്തിന്റെ പിൻബലത്തോടെ ന്യായീകരണങ്ങൾ കണ്ടെത്താൻ പലരും ശ്രമിക്കാറുണ്ട്. അതിലൊന്ന് സ്ത്രീകൾക്ക് പുരുഷന്മാരേക്കാൾ ബുദ്ധിയും മറ്റ് സർഗാത്മകവും സൃഷ്ടിപരവുമായ കഴിവുകളും കുറവാണെന്ന സമീപനമാണ്. ഇതിലേക്കായി സ്ത്രീ-പുരുഷമസ്തിഷ്കങ്ങളെ താരതമ്യം ചെയ്തുകൊണ്ടുള്ള നിരവധി ഊഹാപോഹങ്ങൾ പ്രചാരത്തിലുണ്ട്. എന്നാൽ സ്ത്രീ- പുരുഷവ്യത്യാസങ്ങൾക്ക് മസ്തിഷ്കപരമായ

ഒരു അടിസ്ഥാനവുംഇല്ലെന്നു തന്നെയാണ് ഇതുവരെ നടത്തിയ പഠനങ്ങൾ സൂചിപ്പിക്കുന്നത്. ഘടനാപരമായോ രസതന്ത്രപരമായോ സ്ത്രീ-പുരുഷമസ്തിഷ്കങ്ങൾ തമ്മിൽ കാര്യമായ വ്യത്യാസങ്ങൾ കണ്ടെത്താൻ കഴിഞ്ഞിട്ടില്ല. എന്നാൽ ഹോർമോണുകളുടെ കാര്യത്തിൽ സ്ത്രീ- പുരുഷവ്യത്യാസങ്ങൾ കാണാൻ കഴിയും. സ്ത്രീകളിൽ ഈസ്ട്രജനും (Estrogen) പുരുഷന്മാരിൽ ആൻഡ്രോജനുമാണ് (Androgen) മേധാവിത്തം വഹിക്കുന്നത്. ഭ്രൂണദശയിൽ സ്ത്രീ-പുരുഷഹോർമോണുകൾ മസ്തിഷ്കത്തെ ലിംഗപരമായി പാകപ്പെടുത്തുന്നുണ്ട്.

മറ്റ് ശരീരഭാഗങ്ങളെപ്പോലെ തന്നെ സ്ത്രീകളിൽ തലച്ചോറിന്റെ ഭാരവും വലുപ്പവും പുരുഷന്മാരെ അപേക്ഷിച്ച് കുറവാണ്. പുരുഷന്മാർ സ്ത്രീകളെക്കാൾ ആക്രമണവാസനയുള്ളവരാണെന്നും, ഗണിതത്തിലും ദൃശ്യപരവും സ്ഥലപരവുമായ കഴിവുകളിലും (Visual and Spatial Abilities) പ്രാവീണ്യം കൂടുതലുള്ളവരാണെന്നും എന്നാൽ സ്ത്രീകൾ വാചികനൈപുണ്യത്തിൽ (Verbal Skills) മുന്നിട്ടുനിൽക്കുന്നുവെന്നും ചിലർ അഭിപ്രായപ്പെടുന്നുണ്ട്. എന്നാൽ ഇതിനൊന്നും മസ്തിഷ്കപരമായ കാരണങ്ങൾ കണ്ടെത്താൻ കഴിഞ്ഞിട്ടില്ല. ശാസ്ത്രീയമെന്ന് പറഞ്ഞ അവതരിപ്പിക്കുന്ന പല വ്യത്യാസ ങ്ങളും സാമൂഹികനിർമിതിയാവാനാണ് സാധ്യത.

മസ്തിഷ്കവും കമ്പ്യൂട്ടറും

മസ്തിഷ്കത്തിന്റെയും കമ്പ്യൂട്ടറുകളുടെയും പ്രവർത്തനങ്ങളെ താരതമ്യം ചെയ്താൽ ധാരാളം വ്യത്യാസങ്ങൾ കാണാൻ കഴിയും. കമ്പൂട്ടർ പ്രവർത്തിക്കുന്നത് വൈദ്യുതതരംഗങ്ങളിലൂടെയൂടെയാണ്. തലച്ചോറിലും വൈദ്യുതതരംഗങ്ങൾ വിനിമയം ചെയ്യപ്പെടുന്നുണ്ട്. എങ്കിലും തലച്ചോറിലെ സന്ദേശങ്ങൾ ന്യൂറോണുകൾ കൈമാറുന്നത് നാഡീപ്രേഷകങ്ങളെന്ന രാസപദാർത്ഥങ്ങളിലൂടെയാണ്. ചിപ്പുകളുടെ എണ്ണത്തിലുള്ള വർധനവിലൂടെയാണ് കമ്പൂട്ടറുകൾ ഓർമശക്തി (Memory) വർധിപ്പിക്കുന്നത്. തലച്ചോറിലാണെങ്കിൽ കൂടുതൽ സിനാപ്റ്റികബന്ധം സ്ഥാപിച്ചും ഉള്ളവയുടെ ദൃഢത വർധിപ്പിച്ചുകൊണ്ടുമാണ് ഓർമ കൂട്ടുന്നത്. തലച്ചോറ് പുതിയ കാര്യങ്ങൾ അതിവേഗം പഠിക്കുന്നു. മുൻകൂട്ടി തയ്യാറാക്കിയ പ്രോഗാം അനുസ

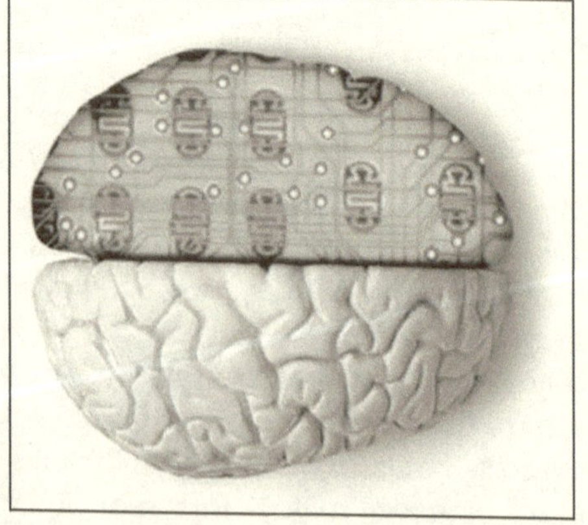

രിച്ച് പ്രവർത്തിക്കാനുള്ള കഴിവ് മാത്രമാണ് കമ്പ്യൂട്ടറുകൾക്ക് ഉള്ളത്. ചുറ്റുപാടും കാണുന്ന കാര്യങ്ങളെയും വിവരങ്ങളെയും വിശകലനം ചെയ്യാനും പുതിയ കാര്യങ്ങൾ സങ്കല്പിക്കാനും ആവിഷ്കരിക്കാനും സർഗപരമായ പ്രവർത്തനങ്ങളിലേർപ്പെടാനും തലച്ചോറിന് കഴിയുന്നു. സോഫ്റ്റ്വെയറുകളുടെ നിർദ്ദേശങ്ങളനുസരിച്ച് പ്രവർത്തിക്കാൻ മാത്രമേ കമ്പ്യൂട്ടറിന് കഴിയൂ. പുതിയ ഹാർഡ്‌വെയറുകളും സോഫ്റ്റ്വെയറുകളും കണ്ടുപിടിക്കുന്നതിലൂടെ കമ്പ്യൂട്ടറുകൾ നിരന്തരം നവീകരിക്കപ്പെട്ടുകൊണ്ടിരിക്കുകയാണ്. മനുഷ്യതലച്ചോറിൽ വളരെ സാവകാശം അനേകം വർഷങ്ങൾ കൊണ്ട് പരിണാമപരമായി മാത്രമാണ് മാറ്റങ്ങൾ വരിക. പ്രവർത്തിക്കാൻ തലച്ചോറിന് ഓക്സിജനും കാർബോഹൈഡ്രേറ്റുമാണ് ആവശ്യമെങ്കിൽ കമ്പൂട്ടറുകൾ പ്രവർത്തിക്കുന്നത് വിദ്യുച്ഛക്തിയുടെ സഹായത്തോടെയാണ്. തലച്ചോറ് ഉറക്കത്തിലും ഉണന്നിരിക്കുമ്പോഴുമെല്ലാം നിരന്തരം പ്രവർത്തിച്ചുകൊണ്ടിരിക്കുന്നു. എന്നാൽ കമ്പ്യൂട്ടറുകൾ ആവശ്യമുള്ള അവസരത്തിൽ 'ഓൺ' ചെയ്യുമ്പോൾ മാത്രമേ പ്രവർത്തിക്കേണ്ടതുള്ളൂ. കമ്പ്യൂട്ടറുകളെക്കുറിച്ച് വിദഗ്ധർക്ക് വ്യക്തമായ ധാരണയുണ്ട്. എന്നാൽ അനേകായിരം ഗവേഷകർ തലച്ചോറിന്റെ പ്രവർത്തനങ്ങളെപ്പറ്റി പഠനം നടത്തി വരികയാണെങ്കിലും തലച്ചോറിനെ പൂർണമായും മനസ്സിലാക്കാൻ നമുക്കിതു വരെ കഴിഞ്ഞിട്ടില്ല. തലച്ചോറിനെപ്പറ്റി നമുക്കറിയാവുന്നതിലുമപ്പുറമാണ് അജ്ഞാതമായ വിവരങ്ങൾ. ഇതൊക്കെയാണെങ്കിലും ഒരു കാര്യത്തിൽ കമ്പ്യൂട്ടറും തല ച്ചോറും തമ്മിൽ സാദൃശ്യമുണ്ടെന്ന് പറയാം. തലച്ചോറിനെ പോലെ കമ്പ്യൂട്ടറുകളെയും വൈറസ് രോഗം ബാധിക്കാറുണ്ട്!! മസ്തിഷ്കത്തിലെ നാഡീവ്യൂഹശൃംഖലയുടെ (Neural Network) മാതൃകയിൽ കമ്പ്യൂട്ടറുകളുടെ ഘടനയും പ്രവർത്തനരീതിയും പരിഷ്കരിക്കാനും അതുവഴി തലച്ചോറിന്റെ ചില ഗുണങ്ങൾ കമ്പ്യൂട്ടറുകളിലെത്തിക്കാനുമുള്ള ശ്രമങ്ങൾ വിജയിച്ചുവരുന്നുണ്ട്.

മനുഷ്യമസ്തിഷ്കം പോലൊരു ചിപ്പ്

മനുഷ്യമസ്തിഷ്കം പോലെ ചടുലമായി പ്രവർത്തിക്കുന്ന ഒരു കമ്പ്യൂട്ടർ നിർമ്മിക്കാനുള്ള തയ്യാറെടുപ്പിലാണ് ശാസ്ത്രലോകം. കമ്പ്യൂട്ടറിന് മനുഷ്യമസ്തിഷ്കത്തിന്റെ വേഗത നൽകുന്ന മൈക്രോചിപ് എതാണ്ട് തയ്യാറായി കഴിഞ്ഞിട്ടുണ്ട്. ന്യൂറോഗ്രിഡ് എന്ന പേരുള്ള ചിപ്പിന് ഒരു ഐപാഡിന്റെ വലുപ്പമാണുള്ളത്. ലക്ഷക്കണക്കിന് ന്യൂറോണുകളെയും കോടിക്കണക്കിന് സിനാപ്സുകളെയും ഉത്തേജിപ്പിക്കാൻ പ്രാപ്തിയുള്ളതാണ് ഈ ചിപ്പ്. മനുഷ്യമസ്തിഷ്കത്തെക്കുറിച്ച് കൂടുതൽ മനസിലാക്കാനും മസ്തിഷ്കസർക്യൂട്ടുകളുടെ മാതൃകയിലുള്ള പുതിയ തരം കമ്പ്യൂട്ടിങ്ങിനും ന്യൂറോഗ്രിഡുകൾ സഹായിക്കും. തളർച്ച ബാധിച്ചവരുടെ കൃത്രിമകൈകൾ നിയന്ത്രിക്കാൻ ന്യൂറോഗ്രിഡ് പ്രയോജനപ്പെടുത്താനുള്ള സാധ്യതകൾ ശാസ്ത്രജ്ഞർ പരിശോധിച്ചുവരികയാ

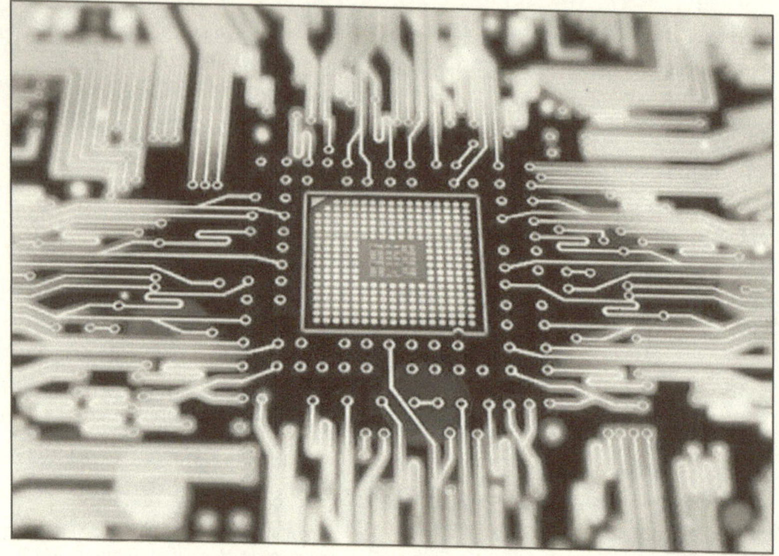

ണ്. മസ്തിഷ്കത്തിന് അമിതജോലിഭാരം നൽകാതെ തന്നെ മസ്തിഷ്കത്തിൽ നിന്നു ള്ള സിഗ്നലുകൾ കൈകളുടെ ചലനമായി രൂപാന്തരം ചെയ്യാൻ ചിപ്പിന് സാധിക്കും എന്നാണ് പ്രതീക്ഷിക്കുന്നത്.

തലച്ചോറ് മാറ്റിവയ്ക്കൽ

വൃക്ക, ഹൃദയം, കരൾ തുടങ്ങിയ അവയവങ്ങൾ മാറ്റിവയ്ക്കുന്ന ശസ്ത്രക്രിയാരീതികൾ (Organ Transplantation) ഇപ്പോൾ പ്രാബല്യത്തിലുണ്ട്. ഗുരുതരമായ രോഗം ബാധിച്ച അവയവങ്ങൾ പ്രവർത്തിക്കാതെ വരുന്ന അവസ്ഥയിലാണ് മറ്റുള്ളവരിൽ നിന്നുള്ള അവയവം രോഗികളിലേക്ക് മാറ്റി സ്ഥാപിക്കുന്നത്. ആധുനികശസ്ത്രക്രിയ യിലെ സമീപകാലനേട്ടങ്ങളിൽ മാധ്യമശ്രദ്ധ ഏറ്റവുമധികം ആകർഷിച്ചിട്ടുള്ളത് അവയവമാറ്റശസ്ത്രക്രിയയെയാണ്. മസ്തിഷ്കവും തലയും (Whole Body Transplant) മൊത്തമായി മാറ്റിവയ്ക്കാനുള്ള ശ്രമം നടക്കുന്നുണ്ട്. അമേരിക്കൻ ന്യൂറോസർജനായ റോബർട്ട് വൈറ്റ് (Robert J White : 1926 -2010) 1970ൽ ഒരു കുരങ്ങിൽ തലമാറ്റശസ്ത്രക്രിയ നടത്തുകയുണ്ടായി. മറ്റ് അവയവമാറ്റരീതികളിൽ നിന്നും വ്യത്യസ്തമായി ഇവിടെ തലച്ചോറിന്റെ/തലയുടെ ഉടമ മറ്റൊരു ശരീരം സ്വീകരിക്കയാണ് ചെയ്യുന്നത്. മസ്തിഷ്കമാറ്റം (Brain Transplantation) വിജയിച്ചാൽ മറ്റൊരാളുടെ ശരീരവുമായി മസ്തിഷ്കത്തിന്റെ ഉടമയ്ക്ക് ജീവിക്കേണ്ടിവരും. സുഷുമ്നക്ക് പരിക്കുപറ്റിയ രോഗികളിൽ ആരോഗ്യമുള്ള ശരീരത്തിൽ നിന്നും മാറ്റിയ നാഡികൾ കൂട്ടിച്ചേർക്കാനുള്ള ശ്രമങ്ങൾ നാഡികൾ വേണ്ടത്ര പ്രവർത്തനസജ്ജമാവാത്തതുമൂലം വേണ്ടത്ര വിജയിച്ചിട്ടില്ല. വി

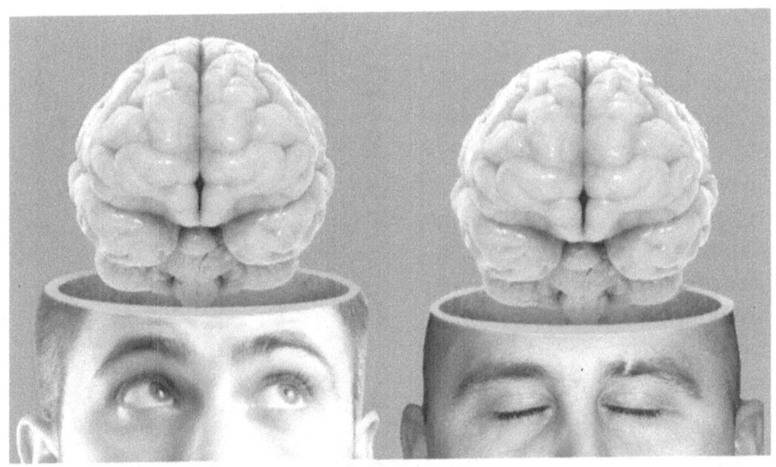

ത്തുകോശങ്ങളുപയോഗിച്ച് മസ്തിഷ്കത്തിന്റെയും സുഷുമ്നയുടെയും പ്രവർത്തനക്ഷമതയില്ലാത്ത ഭാഗങ്ങളിൽ നാഡീകോശങ്ങൾ സ്ഥാപിക്കുന്നതിൽ ആശാവഹമായ ഫലങ്ങൾ കണ്ട് തുടങ്ങിയിട്ടുണ്ട്. ഈ രീതിയെ നാഡീകോശമാറ്റമെന്നാണ് (Neural Transplantation) പറയുക. ആരോഗ്യമുള്ള നാഡീകോശങ്ങൾ വിത്തുകോശങ്ങളിൽ നിന്നും വികസിപ്പിച്ചെടുത്ത് പാർക്കിൻസൺസ് രോഗം, സുഷുമ്നാ നാഡിയുടെ പരിക്ക്, പക്ഷാഘാതം, അൽഷൈമേഴ്സ്, മോട്ടോർ ന്യൂറോൺ രോഗം തുടങ്ങിയ രോഗാവസ്ഥകൾ ഫലപ്രദമായി ചികിത്സിക്കാൻ കഴിയുമെന്നാണ് ഇപ്പോൾ പ്രതീക്ഷിക്കുന്നത്.

കൃത്രിമബുദ്ധി, യന്ത്രമനുഷ്യൻ

കൃത്രിമബുദ്ധി (Artificial Intelligence) വികസിപ്പിച്ചെടുക്കുന്നതിലും യന്ത്രമനുഷ്യൻ (Robot) സാങ്കേതികവിദ്യയിലും അടുത്തകാലത്തുണ്ടായ വമ്പിച്ച പുരോഗതി പ്രതീക്ഷകൾക്കൊപ്പം ആശങ്കകൾക്കും കാരണമായിട്ടുണ്ട്. ജനിതകം, നാനോടെക്നോളജി, റോബോട്ടിക്സ്, സൈബർനെറ്റിക്സ് (Genetics, Nanotechnology, Robotics, Cybernetics) എന്നീ ശാസ്ത്രശാഖകളിലുണ്ടായിക്കൊണ്ടിരിക്കുന്ന ഗവേഷണങ്ങളാണ് കൃത്രിമബുദ്ധിയുടെ വികാസസാധ്യത വർധിപ്പിച്ചിട്ടുള്ളത്. വീടുകളിലെയും കടകളിലെയും സാധാരണ ജോലികൾ മുതൽ വ്യവസായശാലകളിലെ നിർമാണപ്രവർത്തനങ്ങളും സങ്കീർണമായ ശസ്ത്രക്രിയകളും വരെ റോബോട്ടുകളുടെ സഹായത്തോടെ നിർവഹിക്കാൻ ഇപ്പോൾ കഴിയുന്നുണ്ട്. റോബോട്ടുകളുടെ ഉപയോഗം വ്യാപകമാവുന്നതോടെ മനുഷ്യാധ്വാനം ഒഴിവാക്കാൻ കഴിയുന്നത് തൊഴിലില്ലായ്മയും സാമൂഹികാസമത്വങ്ങളും വർധിപ്പിക്കുമെന്ന വിമർശനം ഉയർന്നുവന്നിട്ടുണ്ട്. അധ്വാനഭാരം

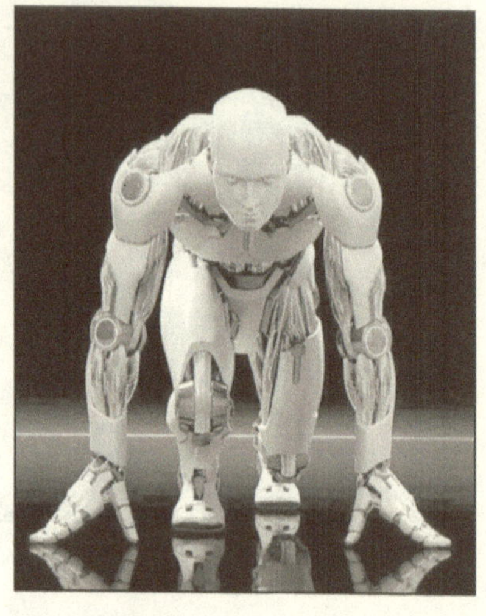

ലഘൂകരിക്കുന്നത് വഴിയും മനുഷ്യന് ഫലപ്രദമായി നിർവഹിക്കാൻ കഴിയാത്ത കഠിനവും സങ്കീർണത കൂടുതലുള്ളതുമായ ജോലികൾ എറ്റെടുക്കാൻ കഴിയുന്നത് വഴിയും റോബോട്ടുകൾ സാമൂഹത്തിന് പ്രയോജനകരമാണെന്ന് വാദിക്കുന്നവരുമുണ്ട്. കൃത്രിമബുദ്ധി വികസിപ്പിച്ചെടുക്കുന്നതിലുള്ള ഗവേഷണങ്ങൾ കൂടുതൽ ഫലപ്രദമാകുന്നതോടെ, കൂടുതൽ ബോധവും ബുദ്ധിയുമുള്ള റോബോട്ടുകൾ നിർമിക്കപ്പെടുമെന്നും അതോടെ മനുഷ്യരാശിയുടെ തന്നെ അന്ത്യം സംഭവിക്കുമെന്നും ആശങ്ക പ്രകടിപ്പിക്കുന്ന അശുഭാപ്തിവിശ്വാസികളും ഏറെയുണ്ട്. അമേരിക്കൻ കമ്പ്യൂട്ടർ വിദഗ്ധനായ വില്യം ജോയിയാണ് (William Nelson Joy). ഇത്തരം റോബോട്ടിക്ക് വിരുദ്ധരിൽ പ്രമുഖൻ. എന്ത് കൊണ്ട് ഭാവിയിൽ മനുഷ്യരെ ആവശ്യമില്ലാതെ വരും എന്നൊരു പ്രകോപനപരമായ ലേഖനവും (Why the future doesn't need us : Wired Magazine : 2000) ജോയി എഴുതിയിട്ടുണ്ട്. ജി.എൻ.ആർ (GNR: Genetics, Nanotechnology, Robotics) സാങ്കേതികവിദ്യകളും ഗവേഷണവും ഉപേക്ഷിക്കണമെന്നാണ് അദ്ദേഹം അഭിപ്രായപ്പെടുന്നത്. ഇതിൽ നിന്നും വ്യത്യസ്തമായി ചിന്തിക്കുന്ന അമേരിക്കൻ കമ്പൂട്ടർ ശാസ്ത്രജ്ഞനായ റെയ്മണ്ട് കർസ്വീൽ (Raymond Kurzweil) കൃത്രിമബുദ്ധിയുടെയും റോബോട്ടിക്സിന്റെയും അനന്തമായ സാധ്യതകളെ ശുഭാപ്തിവിശ്വാസത്തോടെ കാണുന്നു. ഓർമകളെയും ചിന്തകളെയും റോബോട്ടുകളിലേക്ക് ഡൗൺലോഡ് ചെയ്ത് ഭാവിയിൽ മനുഷ്യർക്ക് അമർത്യത കൈവരിക്കാൻ കഴിയുമെന്ന് കർസ് വീൽ കരുതുന്നു. മനുഷ്യബുദ്ധിയുടെയും ഇതരകഴിവുകളുടെയും പരിമിതികൾ മുറിച്ച് കടക്കാനും സമ്പുഷ്ടമാക്കാനും കൃത്രിമബുദ്ധി തുടങ്ങിയ സാങ്കേതികവിദ്യകളെ പ്രയോജനപ്പെടുത്തണമെന്ന് വാദിക്കുന്ന അന്തർമാനവികതാ (Transhumanism)പ്രസ്ഥാനത്തിന്റെ വക്താക്കളിൽ പ്രമുഖനാണ് കർസ്വീൽ. *The Age of Intelligent Machines* (1990), *The Age of Spiritual Machines* (1999) എന്നീ വളരെ പ്രസിദ്ധങ്ങളായ ശാസ്ത്രസാഹിത്യഗ്രന്ഥങ്ങൾ കർസ്വീൽ എഴുതിയിട്ടുണ്ട്. കർസ്വീൽ എഴുതിയ *How to Create a Mind : The Secret of Human Thought Revealed* (2012) തലച്ചോറിന്റെ മാതൃക പ്രയോജനപ്പെടുത്തി കൃത്രിമഅതിബുദ്ധി (Artificial Superintelligence) രൂപപ്പെടുത്താൻ കഴിയുമെന്ന് പ്രവചിക്കുന്നുണ്ട്.

സ്റ്റീഫൻ ഹോക്കിങ്ങ് : ഒരു വൈദ്യശാസ്ത്ര അത്ഭുതം

ലോകത്ത് ജീവിച്ചിരിക്കുന്ന ശാസ്ത്രജ്ഞരിൽ ഏറ്റവും പ്രസിദ്ധനും പ്രമുഖനുമാണ് ബ്രിട്ടീഷ് പ്രപഞ്ചശാസ്ത്രജ്ഞനായ സ്റ്റീഫൻ ഹോക്കിങ്ങ്. ഗുരുതരമായ മോട്ടോർന്യൂറോൺ രോഗം ബാധിച്ച് ശാരീരികാവശത നേരിടുകയാണ് ഹോക്കിങ്ങ്. എന്നാൽ അപ്പോഴും അദ്ദേഹം പഠനത്തിലും ഗവേഷണത്തിലും ഗ്രന്ഥരചനയിലും ആമഗ്നനായി വൈദ്യലോകത്തെ അത്ഭുതപ്പെടുത്തിക്കൊണ്ടും അമ്പരപ്പിച്ചുകൊണ്ടും ശാസ്ത്രലോകത്ത് സജീവസാന്നിധ്യമായി നിലകൊള്ളുന്നു. 1963ൽ 21 വയസ്സായിരുന്നപ്പോഴാണ് ഹോക്കിങ്ങിന് അമിയോട്രോഫിക് ലാറ്ററൽ സ്ക്ലീറോസിസ് (Amyotrophic Lateral Sclerosis : ALS) എന്ന തരത്തിൽപ്പെട്ടതും ഇപ്പോഴത്തെ വൈദ്യ ശാസ്ത്ര അറിവുകൾ വച്ച് ചികിത്സിച്ച് ഭേദപ്പെടുത്താൻ അസാധ്യവുമായ മോട്ടോർ ന്യൂറോൺ രോഗം ഉണ്ടെന്ന് കണ്ടെത്തിയത്. ഡോക്ടർമാർ രണ്ടുവർഷം കൂടി മാത്രമേ ഹോക്കിങ്ങ് ജീവിച്ചിരിക്കാൻ സാധ്യതയുള്ളു എന്നാണ് കരുതിയത്. എന്നാൽ രോഗത്തെ ഭയപ്പെടാതെ ജീവിക്കുകയും ഗവേഷണത്തിൽ മുഴുകുകയും ചെയ്ത ഹോക്കിങ്ങ് രണ്ടുതവണ വിവാഹം കഴിച്ചു. ആദ്യഭാര്യയിൽ അദ്ദേഹത്തിന് മൂന്നു കുട്ടികളുമുണ്ട്. ഇതിനിടെ പ്രപഞ്ചശാസ്ത്രത്തിലും (Cosmology) സൈദ്ധാന്തികഭൗതികത്തിലും (Theoretical Physics) മൗലികസംഭാവനകൾ നൽകി അദ്ദേഹം ശാസ്ത്രഗവേഷണസ്ഥാപങ്ങളിലെ ഉന്നതപദവികൾ കൈവരിച്ചു. നിരവധി പുരസ്കാരങ്ങൾ അദ്ദേഹ

സ്റ്റീഫൻ ഹോക്കിങ്ങ്

ത്തെ തേടിയെത്തി. ഇപ്പോൾ അദ്ദേഹം ബ്രിട്ടനിലെ കേംബ്രിഡ്ജ് സർവകലാശാലയിലെ പ്രപഞ്ചശാസ്ത്രവിഭാഗത്തിലെ ഗവേഷണവിഭാഗം ഡയറക്ടറാണ്. മൂന്നുപതിറ്റാണ്ടുകൾ അദ്ദേഹം കേംബ്രിഡ്ജ് സർവകലാശാലയിലെ ഗണിതശാസ്ത്ര ലുക്കെസിയൻ പ്രൊഫസർ എന്ന ഉന്നതപദവി വഹിച്ചിരുന്നു. നക്ഷത്രങ്ങൾ നശിക്കുമ്പോൾ രൂപം കൊള്ളുന്ന തമോഗർത്തങ്ങളെക്കുറിച്ച് (Black Holes) ഇന്നു ലഭ്യമായ വിവരങ്ങളിൽ പലതും ഹോക്കിങ്ങിന്റെ ഗവേഷണങ്ങളിലൂടെ ഉരുത്തിരിഞ്ഞതാണ്.

ഗവേഷണ പ്രബന്ധങ്ങൾ രചിക്കുന്നതിന് പുറമേ ജനകീയശാസ്ത്രസാഹിത്യരചന(Popular Science Literature)യ്ക്കും അദ്ദേഹം സമയം കണ്ടെത്താറുണ്ട്. ഹോക്കിങ്ങിന്റെ *കാലത്തിന്റെ ഒരു സംക്ഷിപ്തചരിത്രം* (*A Brief History of Time*) എന്ന പ്രശസ്തമായ ഗ്രന്ഥം ഒരുകോടി കോപ്പിയാണ് വിറ്റഴിയപ്പെട്ടത്. മലയാളമടക്കം മുപ്പതിലധികം ഭാഷകളിലേക്ക് ഈ പുസ്തകം തർജമ ചെയ്യപ്പെട്ടിട്ടുണ്ട്. പ്രപഞ്ച ശാസ്ത്രത്തിലെ സിദ്ധാന്തങ്ങളായ മഹാവിസ്ഫോടനം (Big Bang), തമോഗർത്തം തുടങ്ങിയവ സാധാരണക്കാർക്ക് മനസ്സിലാകുന്ന രീതിയിൽ വിവരിക്കുവാനുള്ള ശ്രമമാണ് ഈ പുസ്തത്തിലൂടെ ഹോക്കിങ്ങ് വിജയകരമായി നടത്തുന്നത്. *തമോഗർത്തവും ശൈശവപ്രപഞ്ചവും* (*Black Holes and Baby Universes*) അദ്ദേഹത്തിന്റെ മറ്റൊരു പ്രസിദ്ധ ഗ്രന്ഥമാണ്.

ഡോക്ടർമാർ പ്രവചിച്ചപോലെ ഹോക്കിങ്ങ് മരണത്തിന് കീഴ്പ്പെട്ടില്ലെങ്കിലും രോഗം നിരന്തരമായി മൂർച്ചിച്ച് വന്നതിനെത്തുടർന്ന് മാംസപേശികൾ ശോഷിച്ച് ശരീരമാകെ തളർന്ന ഹോക്കിംങ്ങിന് വീൽ ചെയറിൽ അഭയം പ്രാപിക്കേണ്ടിവന്നു. തൊണ്ടയിലെ മാംസപേശികൾ പ്രവർത്തിക്കാനാവാതെ വന്നതോടെ സംസാരശേഷിയും നഷ്ടപ്പെട്ടു. ശ്വാസതടസ്സമുണ്ടായതിനെത്തുടർന്ന് ശ്വാസനാളിയിൽ (Trachea) സുഷിരമിട്ടുള്ള ശസ്ത്രക്രിയക്കും (Tracheostomy) അദ്ദേഹം വിധേയനായി. വീൽചെയറിൽ ഇരുന്നുകൊണ്ട് കവിളിലെ പേശികൾ ചലിപ്പിച്ച് യന്ത്രത്തിന്റെ സഹായത്തോടെ കൃത്രിമശബ്ദത്തിലാണ് അദ്ദേഹം സംസാരിക്കുന്നത്. കമ്പ്യൂട്ടർസ്ക്രീനിൽ പ്രത്യക്ഷപ്പെടുന്ന വാക്കുകളിൽ നിന്നും ഉചിതമായവ നേത്രപാളികൾ ചലിപ്പിച്ച് തെരഞ്ഞെടുത്താണ് തന്റെ ഗഹനങ്ങളായ ശാസ്ത്രഗ്രന്ഥങ്ങളും ലേഖനങ്ങളും ഹോക്കിങ്ങ് രചിക്കുന്നത്. എത്ര മാരകരോഗം ബാധിച്ചാലും ഇച്ഛാശക്തിയും പ്രതിബദ്ധതയും നഷ്ടപ്പെടാതിരുന്നാൽ തുടർന്നും സമൂഹത്തിന് ക്രിയാത്മകമായ സംഭാവനകൾ നൽകാൻ കഴിയുമെന്നതിന്റെ ജീവിച്ചിരിക്കുന്ന പ്രതീകമായി മാറിയിരിക്കുകയാണ് ഹോക്കിങ്ങ്. മരണത്തെ പരാജയപ്പെടുത്തി ലോകമെമ്പാടുമുള്ള രോഗബാധിതരെ പ്രചോദിപ്പിച്ച് കൊണ്ട് ഹോക്കിങ്ങ് തന്റെ ശാസ്ത്രസപര്യ തുടരുകയാണ്. അടുത്തകാലത്ത് ഹോക്കിങ് തന്റെ ആത്മകഥ *എന്റെ സംക്ഷിപ്തചരിത്രം* എന്ന പേരിൽ (*My Brief History*) പ്രസിദ്ധീകരിച്ചിട്ടുണ്ട്.

ബ്രോക്കായുടെ മസ്തിഷ്കം

പ്രസിദ്ധ ശാസ്ത്രസാഹിത്യകാരൻ കാൾ സാഗൻ (Carl Sagan : 1934- 1996) രചിച്ച പ്രശസ്തമായ കൃതിയാണ് *ബ്രോക്കായുടെ മസ്തിഷ്കം* (*Broca's Brain : Reflections on the Romance of Science*, 1977). ശാസ്ത്രീയലോകവീക്ഷണത്തെക്കുറിച്ചുള്ള സാഗന്റെ നിരീക്ഷണങ്ങളാണ് പുസ്തകത്തിലെ വിഷയം. പാരിസിലെ വിഖ്യാതമായ നരവംശശാസ്ത്ര മ്യൂസിയം (Musee de l'Homme : Museum of Man) സന്ദർശിക്കവെ അവിടെ സൂക്ഷിച്ചിരുന്ന പോൾ ബ്രോക്കായുടെ തലച്ചോറ് കാൾ സാഗൻ കാണുകയുണ്ടായി. ബ്രോക്കായുടെ ജീവിതത്തെക്കുറിച്ചും സംഭാവനകളെക്കുറിച്ചും ചിന്തിക്കാൻ കാൾ സാഗൻ പ്രേരിതനായി. ബ്രോക്കായുടെ തലച്ചോറ് പരിശോധിക്കവെ സാഗന്റെ മനസ്സിലൂടെ കടന്നുപോകുന്ന ചിന്തകളാണ് *ബ്രോക്കായുടെ മസ്തിഷ്കം* എന്ന പുസ്തകത്തിലെ ആദ്യത്തെ ലേഖനത്തിൽ രേഖപ്പെടുത്തിയിട്ടുള്ളത്. പോൾ ബ്രോക്കയാണ് തലച്ചോറിലെ സംസാരകേന്ദ്രങ്ങളിലൊന്ന് കണ്ടെത്തിയത് (അധ്യായം രണ്ട്, പേജ് 23-24 നോക്കുക). ബ്രോക്കാ ഒരു സർജനും ന്യൂറോളജിസ്റ്റും മാത്രമായിരുന്നില്ല. നരവംശശാസ്ത്രജ്ഞനും സ്വതന്ത്രചിന്തകനും ദരിദ്രരുടെ ആരോഗ്യസേവനത്തിനായി ജീവിതം ഉഴിഞ്ഞുവച്ച ജനകീയ ഡോക്ടറുമായിരുന്നുവെന്ന് സാഗൻ വ്യക്തമാക്കുന്നു. പത്തൊമ്പതാം നൂറ്റാണ്ടിൽ വൈദ്യശാസ്ത്രത്തിന്റെയും നരവംശശാസ്ത്രത്തിന്റെയും വളർച്ചക്ക് ബ്രോക്കാ മൗലികമായ സംഭാവനകൾ നൽകി. സമകാലീനനായിരുന്ന ചാൾസ് ഡാർവിന്റെ പരിണാമസിദ്ധാന്തത്തിന്റെ വലിയ പ്രചാരകൻ കൂടിയായിരുന്നു ബ്രോക്കാ. പരിണാമസിദ്ധാന്തത്തിന് പകരമായി പ്രചരിപ്പിച്ചിരുന്ന സൃഷ്ടിവാദത്തെ (Creationism : ദൈവം ഓരോ ജീവജാലങ്ങളെയും പ്രത്യേകം പ്രത്യേകമായി സൃഷ്ടിച്ചതാണെന്ന മതപരമായ നിലപാട്) ബ്രോക്കാ അംഗീകരിച്ചില്ല. സൃഷ്ടിവാദത്തെ പുച്ഛിച്ച് കൊണ്ട് ബ്രോക്കാ പറഞ്ഞത് ആദാമിന്റെ ദുഷിച്ച മകനേക്കാൾ കുരങ്ങിൽ നിന്നും പരിണമിച്ച മനുഷ്യനാവാനാണ് താൻ ഇഷ്ടപ്പെടുന്നതെന്നാണ്. സ്വതന്ത്രചിന്തകനായിരുന്ന ബ്രോക്കാ സ്വതന്ത്രചിന്തകരുടേതായ ഒരു പ്രസ്ഥാനം 1848ൽ രൂപീകരിച്ചു. ഫ്രഞ്ചുഭരണകൂടത്തിന്റെ കടുത്ത എതിർപ്പിനെ അതിജീവിച്ച് ഡാർവിന്റെ വംശോൽപത്തി

പോൾ ബ്രോക്കാ

(Origin of Species) പ്രസിദ്ധീകരിച്ച അതേവർഷം (1859) തന്നെ നരവംശശാസ്ത്രത്തിനായുള്ള ഒരു സമിതിയും അദ്ദേഹം രൂപീകരിച്ചു. തലച്ചോറിലെ രക്തക്കുഴലിനെ ബാധിക്കുന്ന ധമനിവീക്കം (Aneurysm) അദ്ദേഹം വളരെയേറെ പഠനവിധേയമാക്കിയിരുന്നു. അതേരോഗം ബാധിച്ചാണ് നിർഭാഗ്യ വശാൽ 1880ൽ ബ്രോക്കാ മരണമടഞ്ഞത്.

വളരെ യാദൃച്ഛികമായും നാടകീയമായുമാണ് ബ്രോക്കാ മസ്തിഷ്കത്തിലെ സംസാരത്തെ നിയന്ത്രിക്കുന്ന കേന്ദ്രം കണ്ടെത്തിയത്. സംസാരശേഷി നിരന്തരം നഷ്ടപ്പെടുകയും വലതുഭാഗം തളരുകയും ചെയ്ത ലെബൊർഗ്നേ എന്ന രോഗിയെപ്പറ്റി ബ്രോക്കാക്ക് ചില സുഹൃത്തുക്കളിൽ നിന്നും വിവരം ലഭിച്ചു. ലെബോർഗ്നേയെ (Leborgne) ബ്രോക്കാ നിരന്തരം പിന്തുടർന്നു. ഏതാനും മാസങ്ങൾക്കകം അയാൾ മരണമടഞ്ഞു. ബ്രോക്കാ അയാളുടെ തലച്ചോറിൽ പരിശോധന നടത്തുകയും ഇടതുഭാഗത്തെ ഫ്രോണ്ടൽ ദളത്തിലെ തകരാറുള്ള ഭാഗം കണ്ടെത്തുകയും ചെയ്തു. പിന്നീട് ഇതേ രോഗ ലക്ഷണമുള്ള 12 പേരെക്കൂടി ബ്രോക്കാ കണ്ടെത്തി. ഫ്രോണ്ടൽ ദളത്തിൽ സംസാരശക്തിയെ നിയന്ത്രിക്കുന്ന ഈ ഭാഗത്തെയാണ് ബ്രോക്കായുടെ പ്രദേശം എന്ന് പിന്നീട് നാമകരണം ചെയ്തത്. മസ്തിഷ്കത്തിന്റെ വിവിധ ഭാഗങ്ങൾ സവിശേഷമായ ധർമങ്ങൾ നിർവഹിക്കുന്നു എന്നും ഇടതു-വലത് സെറിബ്രൽ അർധഗോളങ്ങൾ തമ്മിൽ വ്യത്യാസങ്ങളുണ്ടെന്നുള്ള ശാസ്ത്രീയവിവരങ്ങൾ ഇതോടെയാണ് വ്യക്തമാക്കപ്പെട്ടത്.

ആലീസിന്റെ അത്ഭുതരോഗം

വൈദ്യശാസ്ത്രഗ്രന്ഥങ്ങളിലെ രോഗാവസ്ഥകളെ വിശദീകരിക്കുവാൻ സാഹിത്യകഥാപാത്രങ്ങളെ പലപ്പോഴും പരാമർശിക്കാറുണ്ട്. അത്ഭുതലോകത്തിലെ ആലീസ് രോഗലക്ഷണസമുച്ചയം (Alice in Wonderland Syndrome) എന്ന് വിശേഷിപ്പിക്കപ്പെടുന്ന മസ്തിഷ്കരോഗം ഇത്തരമൊരു പരാമർശത്തിന്റെ നല്ലൊരു ഉദാഹരണമാണ്. കൊടിഞ്ഞി തലവേദനയുള്ള രോഗികൾക്ക് ഉണ്ടാകുന്ന നേത്ര ബിംബങ്ങൾ വികൃതമായി കാണപ്പെടുന്ന മെറ്റാമോർഫോപ്സിയ (Metamorphopsia) എന്ന രോഗലക്ഷണത്തെയാണ് ആലീസ് രോഗസമുച്ചയം കൊണ്ട് ഉദ്ദേശിക്കുന്നത്.

ആലീസ് അത്ഭുതലോകത്തിൽ എന്ന പ്രസിദ്ധമായ പേരിലും *അത്ഭുതലോകത്തിൽ ആലീസിന്റെ സാഹസകൃത്യങ്ങൾ : ദർപ്പണത്തിൽ കൂടിയും ആലീസ് അവിടെ കണ്ടത്* എന്ന് വിസ്തരിച്ച് പേരുള്ളതുമായ കൃതിയിൽ നിന്നാണ് ഈ രോഗലക്ഷണസമുച്ചയത്തിന് അതിന്റെ പേര് ലഭിച്ചത്. ലൂയി കരോൾ (Lewis Carroll : 1832-1898) എന്ന തൂലികാനാമത്തിൽ സി എൽ ഡോജ്സൺ (Charles Lutwidge Dodgson) 1865 ലാണ് ഈ കൃതി പ്രസിദ്ധപ്പെടുത്തിയത്. യൂക്ലിഡിയൻ ജ്യോമട്രിയിൽ പ്രത്യേക വൈദഗ്ധ്യം നേടിയ ഡോജ്സൺ ഓക്സ്ഫോർഡ് സർവകലാ

ശാലയിൽ ഗണിതശാസ്ത്രപ്രൊഫസറായിരുന്നു. ആലീസ് അത്ഭുതലോകത്തിൽ എന്ന കൃതി ഗണിത ശാസ്ത്രാടിസ്ഥാനത്തിൽ അപഗ്രഥിക്കപ്പെട്ടിട്ടുണ്ട്. വാസ്തവത്തിൽ ആ കൃതിയിലെ സംഭവങ്ങൾ യഥാർത്ഥവും സങ്കീർണവുമായ ചതുരംഗക്കളിയോട് സാദൃശ്യം വഹിക്കുന്നുണ്ട്. ആലീസ്, ചുവന്ന രാജ്ഞി, വെളുത്ത യോദ്ധാവ്, നോവലിലെ മറ്റു കഥാപാത്രങ്ങൾ എന്നിവരുടെ ചലനങ്ങളും സാഹസികപ്രവൃത്തികളും ചതുരംഗക്കളത്തിലെ യഥാർത്ഥ നീക്കങ്ങളെ പ്രതിനിധീകരിക്കുന്നുണ്ട്.

നോവലിലെ ഏറ്റവും പ്രസിദ്ധമായ ഭാഗം ആലീസിന്റെ ഉയരം കൂടുകയും കുറയുകയും ചെയ്യുന്ന രംഗമാണ്. അതിൽ ഒരു ഭാഗത്ത് 'എന്നെ കുടിക്കൂ' എന്നെഴുതിയിട്ടുള്ള കുപ്പി ആലീസ് കാണുന്നതായും അവൾ അതിലെ ദ്രാവകം കുടിക്കുന്നതായും പറയുന്നുണ്ട്. തൽഫലമായി അവളുടെ ശരീരം ചുരുങ്ങുന്നു. താമസിയാതെ 'എന്നെ ഭക്ഷിക്കൂ' എന്നെഴുതിയിട്ടുള്ള ഒരു കഷണം കേക്ക് അവൾ ഭക്ഷിക്കുകയും അതോടുകൂടി അവൾ വളരുവാൻ തുടങ്ങുകയും ചെയ്യുന്നു. കിറുക്കൻ ഹാറ്റർ, ചെഷയർ പൂച്ച, കടലാന, തച്ചൻ മുതലായ കഥാപാത്രങ്ങളുമായുള്ള സാഹസകൃത്യങ്ങൾ മൂലം ആലീസിന്റെ ശരീരവലുപ്പത്തിന് ഏറ്റക്കുറച്ചിലുകൾ ഉണ്ടാകുന്നു. എന്നു മാത്രമല്ല, പല വസ്തുക്കളുടെയും വലുപ്പം, സ്ഥാനം, ദൂരം എന്നിവ സംബന്ധിച്ച് ആലീസിന് പല മിഥ്യാധാരണകളും ഉണ്ടാകുന്നുണ്ട്.

ചില രോഗസമുച്ചയങ്ങളിൽ വികൃതശരീരരൂപങ്ങൾ കാണുന്ന ലക്ഷണങ്ങളെപ്പറ്റി വൈദ്യശാസ്ത്രത്തിൽ പറയുന്ന കാര്യങ്ങളുമായി ഈ

നോവലിലെ വിവരങ്ങൾ പൊരുത്തപ്പെടുന്നത് കൊണ്ട് പ്രസിദ്ധന്യൂറോളജിസ്റ്റ് റ്റോഡ് (Todd.J) ഈ രോഗലക്ഷണസമുച്ചയത്തിന് ആലീസിന്റെ അത്ഭുതരോഗസമുച്ചയം എന്ന് പേര് നൽകി. റ്റോഡിന്റെ അഭിപ്രായത്തിൽ ആലീസ് അനുഭവിച്ചത് ഹൈപെർസ്കീമാറ്റിയ (അമിതാകാരഭാവം : Hyperschematia), ഹൈപ്പോസ്കീമാറ്റിയ (ഹ്രസ്വാകാരഭാവം: Hyposchematia), ഡീറിയലൈസേഷൻ (അപസാക്ഷാത്ക്കാരം: Derealisation), ഡീപെഴ്സണലൈസേഷൻ (അപവ്യക്തിവത്കരണം: Depersonalisation), സൊമാറ്റോസൈക്കിക് (ശാരീരികമാനസിക: Somatopsychic) മാറ്റങ്ങൾ എന്നിവയാണ്.

വൈദ്യശാസ്ത്രത്തിലെ അപൂർവതകളേറെയുള്ള ഒരു രോഗലക്ഷണസമുച്ചയത്തെ ഇത്ര വ്യക്തമായി വിവരിക്കുവാൻ ഡോജ്സണ് എങ്ങനെ കഴിഞ്ഞു എന്ന് കണ്ടുപിടിക്കാൻ പല ഗവേഷകരും ശ്രമിച്ചിട്ടുണ്ട്. ഡോജ്സൺ ഒരു കൊടിഞ്ഞിരോഗിയായിരുന്നു എന്ന വസ്തുത അദ്ദേഹത്തിന്റെ ഡയറിക്കുറിപ്പുകൾ വ്യക്തമാക്കുന്നു. നോവലിലെ ആലീസ് കണ്ട അത്ഭുതലോകം അതിന്റെ സ്രഷ്ടാവായ ഡോജ്സണും വളരെ പരിചിതമായിരിക്കാനാണ് സാധ്യത.

ദസ്തയോവ്സ്കിയുടെ ആനന്ദാപസ്മാരം

സർഗസിദ്ധിയും രോഗവും തമ്മിൽ സമന്വയിക്കുന്നതിന്റെ ഏറ്റവും ക്ലാസ്സിക്കൽ മാതൃകയായി ചൂണ്ടിക്കാട്ടാവുന്നതാണ് പ്രസിദ്ധ റഷ്യൻ സാഹിത്യകാരനായ ദസ്തയോവ്സ്കി (Fyodor Dostoyevsky : 1821-1881)യെ ബാധിച്ചിരുന്ന അസാധാരണ രോഗാവസ്ഥയും അദ്ദേഹത്തിന്റെ പ്രസിദ്ധങ്ങളായ കൃതികളും. കടുത്ത അപസ്മാരരോഗവും സാഹിത്യപ്രതിഭയും ദസ്തയോവ്സ്കിയിൽ ഫലപ്രദവും നാടകീയവുമായി സഹവർത്തിച്ചിരുന്നു. അപൂർവമായി കണ്ടുവരുന്ന ആനന്ദാപസ്മാരം (Ecstatic Epilepsy) എന്ന് വിശേഷിപ്പിക്കാറുള്ള ചുഴലിരോഗം ദസ്തയോവ്സ്കിയെ ബാധിച്ചിരുന്നുവെന്ന് തെളിയിക്കപ്പെട്ടിട്ടുണ്ട്. അദ്ദേഹത്തിന്റെ ബന്ധുമിത്രാദികളും ചികിത്സിച്ച ഡോക്ടർമാരും ദസ്തയോവ്സ്കി തന്നെയും അദ്ദേഹത്തിന്റെ അസുഖത്തെപ്പറ്റി വിശദമായി പറഞ്ഞിട്ടുണ്ട്. അദ്ദേഹം തന്റെ രോഗാവസ്ഥയെ സൃഷ്ടിപരമായി പ്രയോജനപ്പെടുത്തുകയും അപസ്മാരരോഗത്തെ തന്റെ നോവലുകളിലെ പ്രധാന കഥപാത്രങ്ങളിലേക്ക് സംക്രമിപ്പിക്കയും ചെയ്തു. അതുവഴി സാഹിത്യത്തിന് മാത്രമല്ല വൈദ്യശാസ്ത്രത്തിനും അദ്ദേഹം മൗലികമായ സംഭാവന നൽകി. മാത്രമല്ല അപസ്മാരരോഗിക്ക് പ്രതിഭയുണ്ടാവാമെന്നും സർഗാത്മകപ്രവർത്തനങ്ങളിലേർപ്പെടാമെന്നും ദസ്തയോവ് സ്കിയുടെ സാഹിത്യസപര്യ തെളിയിക്കുന്നു.

മസ്തിഷ്കരോഗ വിദഗ്ധരുടെ സവിശേഷശ്രദ്ധ ആകർ ഷിച്ച ഒരു പ്രത്യേകതരം രോഗലക്ഷണം ദസ്തയോവ് സ്കിയിൽ കണ്ടിരുന്നു. അപസ് മാരബാധയുണ്ടാകുന്നതിന് മുമ്പായി അദ്ദേഹം ഒരു തരം

ദസ്തയോവ്സ്കി

ആനന്ദമൂർച്ഛ (Ecstasy) അനുഭവിച്ചിരുന്നു. ഈ രോഗലക്ഷണം പരിഗണിച്ച് ടെമ്പറൽ ദള അപസ്മാരം (Temporal Lobe Epilepsy) എന്ന തരത്തിൽ പെട്ട പ്രത്യേകതരം അപസ്മാരമാണ് അദ്ദേഹത്തെ ബാധിച്ചിരുന്നതെന്ന് പല വിദഗ്ധരും അഭിപ്രായപ്പെട്ടിരുന്നു. ഈ അപസ്മാരം പിന്നീട് ഗ്രാൻഡ് മാൽ അപസ്മാരം (Grand mal Epilepsy) എന്ന സാധാരണ കാണപ്പെടാറുള്ള അപസ്മാരമായി പരിണമിക്കുകയും ചെയ്യുന്നു. രോഗാരംഭത്തിൽ അദ്ദേഹത്തിന് അനുഭവവേദ്യമായിരുന്ന ആനന്ദമൂർച്ഛ അപസ്മാരരോഗികളിൽ അപൂർവ്വമായി കാണപ്പെടുന്ന ഒരു സവിശേഷ രോഗലക്ഷണമാണ്. അനുഭവിക്കാത്തവർക്ക് സങ്കൽപിക്കാൻ പോലുമാകാത്ത തരത്തിലുള്ള ഒരു സംതൃപ്തി രോഗാക്രമണത്തിന് തൊട്ടുമുമ്പായി അല്പനേരത്തേക്ക് തനിക്ക് തോന്നിയിരുന്നതായി ദസ്തയോവ്സ്കി പറയാറുണ്ടായിരുന്നു. ആ സമയത്ത് വിവരിക്കാനാവാത്ത ആനന്ദവും തന്നോടും പ്രപഞ്ചത്തോടും പൂർണ മായ താദാത്മ്യവും ദസ്തയോവ്സ്കിക്ക് അനുഭവപ്പെട്ടിരുന്നുവത്രെ. നിമിഷനേരത്തിലുള്ള ഈ ഹർഷോന്മാദം കൈവരിക്കുന്നതിനായി തന്റെ ജീവിതത്തിലെ പത്തുവർഷമോ ജീവിതകാലം മുഴുവൻ തന്നെയോ പ്രതിഫലമായി നൽകാൻ തയ്യാറാണെന്നും ദസ്ത യോവ്സ്കി പ്രഖ്യാപിച്ചിരുന്നു.

ദസ്തയോവ്സ്കി തന്റെ പന്ത്രണ്ട് നോവലുകളിൽ നാലെണ്ണത്തിലാണ് അപസ്മാരരോഗികളായ കഥാപാത്രങ്ങളെ അവതരിപ്പിക്കുന്നത് - *ഭൂതാവിഷ്ടരിലെ* (*The Possessed,* 1871) കിരിലോവ്, *കാരമസോവ് സഹോദരന്മാരിലെ* (*The Brothers Karamazov,* 1881) സ്മർഡിക്കോവ്, *നിന്ദിതരും പീഡിതരും* (*The Insulted and the Injured,*1862) എന്ന നോവലിലെ നെല്ലി, *ഇഡിയറ്റിലെ* (*The Idiot,* 1869) മൈഷ്കിൻ രാജകുമാരൻ. തന്റെ നോവലുകളിൽ നൈതികാശയങ്ങൾക്ക് രൂപം നൽകുന്നതിലും ചിന്തകളുടെ ഗതി നിർണയിക്കുന്നതിലും കഥയുടെ ഒഴുക്ക് നിർണയിക്കുന്നതിലുമെല്ലാം പ്രധാന കഥാപാത്രങ്ങളുടെ അപസ്മാരത്തിന് സുപ്രധാനമായ പങ്കുണ്ടെന്ന് അപസ്മാരത്തെ തന്റെ നോവലുകളിലെ ഒരു ഘടകമായി നിർബന്ധബുദ്ധിയോടെ അവതരിപ്പിക്കുകവഴി ദസ്തയോവ്സ്കി വ്യക്തമാക്കുന്നു.

ദസ്തയോവ്സ്കിയുടെ നോവലുകൾ കൃത്രിമവും പരസ്പരബന്ധമില്ലാത്തതുമായ സംഭവങ്ങളുടെ സമാഹാരമാണെന്നും പലപ്പോഴും നോവലിലെ കഥപോലും മനസ്സിലാക്കാൻ പ്രയാസമുള്ളതാണെന്നും ചില സാഹിത്യനിരൂപകർ അഭിപ്രായപ്പെട്ടിട്ടുണ്ട്. ദസ്തയോവ്സ്കിയുടെ നോവലുകളുടെ, പ്രത്യേകിച്ച് ഇഡിയറ്റിന്റെ, ഘടന കുറേക്കൂടി സൂക്ഷ്മമായി പഠിച്ചാൽ ഒരു അപസ്മാരരോഗിയുടെ ജീവിതത്തിന് സമാന്തരമായാണ് അതിലെ കഥാഗതി വികസിച്ചുവരുന്നതെന്ന് കാണാൻ കഴിയും. തിരമാലപോലെ സംഭവങ്ങൾ ഒന്നിന് പുറകെ ഒന്നായി അടിഞ്ഞുകൂടുകയും അപസ്മാരരോഗം പോലെ പെട്ടെന്ന് പൊട്ടിത്തെറിയ്ക്കുകയും അതിനുശേഷം ചുഴലിക്ക് ശേഷമുള്ള രോഗിയുടെ സ്ഥിതിപോലെ തളർന്ന് നിഷ്ക്രിയമാവുകയും ചെയ്യുന്നു.

മസ്തിഷ്കരോഗചികിത്സയിൽ വൈദഗ്ധ്യം നേടുന്ന ഭിഷഗ്വരന്മാർക്ക് അപസ്മാരത്തിന്റെ ശാരീരികവശങ്ങൾ (Organic Aspects) കൈകാര്യം ചെയ്യുന്നതിൽ പരിശീലനം ലഭിക്കുന്നുണ്ട്. രോഗ നിർണയം, രോഗാപഗ്രഥനം, അപസ്മാര ഔഷധചികിത്സ എന്നീ കാര്യങ്ങളിൽ അവർ നിപുണരുമാണ്. എന്നാൽ അവരിൽ പലർക്കും അപസ്മാര രോഗികളുടെ വൈകാരികവും മാനസികവും ധാർമികവും ആത്മീയവുമായ ശാരീരികേതരവശങ്ങൾ (Non-Organic Aspects) മനസ്സിലാക്കുന്നതിൽ വേണ്ടത്ര പരിശീലനം ലഭിക്കുന്നില്ല. വൈദ്യ ശാസ്ത്ര ഗ്രന്ഥങ്ങളിൽ ഇത്തരം പ്രമേയങ്ങൾ ചർച്ചചെയ്യാറുമില്ല. ദസ്തയോവ്സ്കിക്ക് രോഗത്തിന്റെ ശാരീരികവശങ്ങളെപ്പറ്റി വൈദ്യശാസ്ത്രപരമായ അറിവില്ലായിരിക്കാം. പക്ഷേ അപസ്മാരരോഗിയുടെ അന്തഃസംഘർഷങ്ങളും ശിഥിലമായ വികാരവിചാരങ്ങളും തന്റെ നോവലുകളിലെ അപസ്മാരരോഗത്തിനടിപ്പെട്ട കഥാപാത്രങ്ങളിലൂടെ ദസ്തയോവ്സ്കി വ്യക്തമാക്കിത്തരുന്നുണ്ട്. വിട്ടുമാറാത്ത അപസ്മാരമുള്ള ഒരു രോഗിയുടെ ആന്തരികാവസ്ഥ എന്താണെന്ന് ദസ്തയോവ്സ്കി കൃതികളിലൂടെ കടന്നുപോകുമ്പോൾ മനസ്സിലാക്കാൻ കഴിയും. എറ്റവും മികച്ച മസ്തിഷ്കശാസ്ത്ര പാഠപുസ്തകങ്ങൾക്കു പോലും അപസ്മാരരോഗത്തെ പറ്റി ഇത്ര വലിയൊരു ഉൾക്കാഴ്ച നൽകാൻ കഴിയുമെന്ന് തോന്നുന്നില്ല.

സാങ്കേതികപദകോശം

അപസാക്ഷാത്കാരം
Derealisation

അപവ്യക്തിവത്ക്കരണം
Depersonalisation

അമിതാകാരഭാവം
Hyperschematia

അധീശാർധഗോളം
Dominant Hemisphere

അധോമസ്തിഷ്കം
Lower Brain

അന്തഃസ്രാവഗ്രന്ഥികൾ
Endocrine Glands

അന്തഃസ്രാവഗ്രന്ഥിവാദ്യസംഘം
Endocrine Orchestra

അവബോധം
Cognition

അനുകമ്പാനാഡികൾ
Sympathetic Nerve

അനന്യകാരണ അപസ്മാരം
Idiopathic Epilepsy

അന്തർമാനവികത
Transhumanism

അവബോധശാസ്ത്രം
Cognitive Science

അഭാവസന്നി
Absence Seizure

ആലീസ് രോഗലക്ഷണസമുച്ചയം
Alice in Wonderland Syndrome

ആമിനിയോട്ടിക്ക് ദ്രാവകം
Amniotic Fluid

ആവേഗം
Impulse

ഇന്റേണൽ കരോട്ടിഡ് ധമനി
Internal Carotid Artery

ഇന്റേണൽ ജൂഗുലർ സിരകൾ
Internal Jugular Veins

ഇരട്ടകാഴ്ച
Double Vision

ഉത്തരസിനാപ്റ്റിക്ക് സ്തരം
Post Synaptic Membrane

ഉത്തേജനം
Stimulus
ഊർധ്വമസ്തിഷ്കം
Upper Brain
ഉത്തരസിനാപ്റ്റിക്ക് ഗ്രാഹികൾ
Post Synaptic Receptors
ഉത്തേജിപ്പിക്കുക
Excite
ഋണാത്മകം
Negative
എപ്പെൻഡൈമൽ കോശങ്ങൾ
Ependymal Cells
ഓട്ടോ ഇമ്മ്യൂൺ രോഗങ്ങൾ
Autoimmune Diseases
കേന്ദ്രനാഡീവ്യൂഹം
Central Nervous System
കോശശരീരം
Cell body
കൃഷ്ണമണി
Pupil
കേന്ദ്രനാളി
Central Canal
കൊറോയിഡ് ജാലം
Choroid Plexus
കൊടിഞ്ഞി, ചെന്നിക്കുത്ത്
Migraine
ക്ലസ്റ്റർ തലവേദന
Cluster Headache
കൃത്രിമബുദ്ധി
Artificial Intelligence
കൃത്രിമഅതിബുദ്ധി
Artificial Super Intelligence
കോമ്പ്ളക്സ് പാർഷ്യൽ
അപസ്മാരം
Complex Partial Seizure
ഗ്രന്ഥി
Gland
ഗ്രാഹി
Receptor
ഗ്ലയൽ കോശങ്ങൾ
Glial Cells
ഘ്രാണകോർട്ടെക്സ്
Olfactory Cortex
ഘ്രാണനാഡി
Olfactory Nerve
ഘ്രാണം
Smell
ചേഷ്ട
Tone
ചാലകമൂകത
Motor Aphasia
ചാലകം
Motor
ജീവചൈതന്യം
Animal Spirit
ജൈവഭൗതികം
Biophysics
ജനിതകം
Genetics
ജനകീയശാസ്ത്രസാഹിത്യം
Popular Science Literature
ജന്മവൈകല്യങ്ങൾ
Congenital Disorders
ജനറലൈസ്ഡ് റ്റോണിക്ക്
ക്ലോണിക്ക് അപസ്മാരം
Generalised Tonic Clonic
Seizure
ടെൻഷൻ തലവേദന

Tension Headache

ട്യൂമറുകൾ
Tumours

ഡോപ്പമീനർജിക നാഡീകോശങ്ങൾ
Dopaminergic Neurons

തമോഗർത്തം
Black Holes

തലയോട്
Skull

താടിയെല്ല്
Mandible

തേയ്മാന രോഗങ്ങൾ
Degenerative Diseases

ദഹനം
Digestion

ദൈനികതാളം
Circadian Rhythm

ദൃശ്യകോർട്ടെക്സ്
Visual Cortex

ദൃശ്യപരവും സ്ഥലപരവുമായ കഴിവുകൾ
Visual and Spatial Abilities

ദൃശ്യനാഡി
Optic Nerve

ദ്രവ്യകണസിദ്ധാന്തം
Atomic Theory of Matter

ദാർഢ്യം
Rigidity

ധനാത്മകം
Positive

നവീനമസ്തിഷ്കം
Neopallium : Neo Cortex

നാഡീപ്രേഷകങ്ങൾ
Neurotransmitters

നാഡീവ്യൂഹ പ്രതിച്ഛായാസാങ്കേതികവിദ്യ
Neuroimaging Technology

നിഷ്ക്രിയമാക്കുക
Inhibit

നാഡീകോശം
Neuron

നാഡീകോശമാറ്റം
Neural Transplantation

നാഡീവ്യൂഹശൃംഖല
Neural Network

നാഡികൾ
Nerves

നാഡീതന്തുക്കൾ
Nerve fibres

നാലാം വെൻട്രിക്കിൾ
Fourth Ventricle

ന്യൂറൽ ശൃംഖല
Neural Network

പർക്കിഞ്ചി കോശങ്ങൾ
Purkinje Cells

പക്ഷാഘാതം
Hemiplegia, Stroke

പരിക്കുകൾ
Injury

പാരാനുകമ്പാനാഡികൾ
Parasympathetic Nerves

അഭാവസന്നി
Absence Seizure

പേശീചാലക ന്യൂറോണുകൾ
Motor Neurones

പൂർവലക്ഷണം
Aura

പാർശ്വ വെൻട്രിക്കിൾ
Lateral Ventricle

പിറ്റ്യൂറ്ററി ഗ്രന്ഥി
Pituitary Gland

പുരാതന മസ്തിഷ്കം
Archipallium

പുത്തൻ പ്രത്യുൽപാദന സാങ്കേതികവിദ്യകൾ
New Reproductive Technologies

പ്രവചന വൈദ്യശാസ്ത്രം
Predictive Medicine

പുനരുജ്ജീവന വൈദ്യശാസ്ത്രം
Regenerative Medicine

പാർശ്വസ്ഥ വെൻട്രിക്കിൾ
Lateral Ventricle

പ്രാന്ത നാഡീവ്യൂഹം
Peripheral Nervous System

പ്രയോക്താക്കൾ
Effectors

പ്രസരണകേന്ദ്രം
Relay Centre

പ്ലീഹ
Spleen

ബഹിഃസ്രാവിഗ്രന്ഥികൾ
Exocrine Glands

ബ്രോക്കാസ് പ്രദേശം
Broca's Area

ബ്രോക്കാസ് മൂകത
Broca's Aphasia

ബേസിലാർ ധമനി
Basilar Artery

ഭ്രൂണശസ്ത്രക്രിയ
Foetal Surgery

മസ്തിഷ്കനാഡികൾ
Cranial Nerves

മയലിൻ ആവരണം
Myelin Sheath

മസ്തിഷ്കം, തലച്ചോറ്
Brain

മസ്തിഷ്ക അവയവമാറ്റം
Brain Transplantation

മസ്തിഷ്ക അറകൾ
Cerebral Ventricles

മൺറോയുടെ സുഷിരങ്ങൾ
Foramen of Monro

മൂകത
Aphasia

മൂന്നാം വെൻട്രിക്കിൾ
Third Ventricle

മസ്തിഷ്കദളങ്ങൾ
Cerebral Lobes

മസ്തിഷ്കരക്തസ്രാവം
Cerebral Haemorrhage

മസ്തിഷ്കാഘാതം.
Cerebral Thrombosis

മഹാവിസ്ഫോടനം
Big Bang

മേധാക്ഷയം
Dementia

മസ്തിഷ്കമാറ്റം
Brain Transplantation

യന്ത്രമനുഷ്യൻ
Robot

രാസസന്ദേശവാഹകർ
Neurotransmitters

രോഗാണുബാധ
Infections

രക്താതിമർദ്ദം
Hypertension

രക്തക്കുഴലുകളുടെ രോഗങ്ങൾ
Vascular Diseases

ലിംഗം
Sex

ലിംഗപദവി
Gender

വെർടിബ്രൽ ധമനി
Vertebral Artery

വില്ലീസിന്റെ വൃത്തം
Circle of Willis

വിഴുങ്ങൽ
Swallowing

വാചിക നൈപുണ്യം
Verbal Skills

വേദനസംവേദനം
Pain Sensation

വിറയൽ
Tremor

വിത്തുകോശം
Stem Cell

വിത്തുകോശചികിത്സ
Stem Cell Treatment

വ്യക്തിഗത ഔഷധങ്ങൾ
Individualised Medicine

വർണ്ണാങ്കം
Stain

വ്യതിരേകം
Contrast Agent

വൈദ്യുതസ്ഥാനീയം
Electrical Potential

ശാരീരിക-മാനസികമാറ്റങ്ങൾ
Somato-Psychic Changes

ശൈശവപ്രപഞ്ചം
Baby Universe

ശ്വാസനാളി
Trachea

ശരീരസംതുലനം
Body Balance

ശ്രവണ കോർട്ടക്സ്
Auditory Cortex

സിനാപ്സ് പൂർവ ബൾബ്
Pre Synaptic Bulb

സിനാപ്സ് ദരം
Synaptic Cleft

സുഷുമ്ന
Spinal Cord

സുഷുമ്നാനാഡികൾ
Spinal Nerves

സ്വതന്ത്രനാഡീവ്യൂഹം
Autonomic Nervous System

സ്ഥാനികം, സ്ഥാനീയം,
സ്ഥാനീയത
Potential

സംയോജകകലകൾ
Connective Tissue

സ്ഥൂല ഗ്ലയ
Macroglia

സൂക്ഷ്മ ഗ്ലയ
Microglia

സംവേദനമൂകത
Sensory Aphasia

സംവേദകം
Sensory

സ്തരം
Membrane

സൂക്ഷ്മചലനങ്ങൾ
Fine Movements

സിൽവിയസിന്റെ നാളി
Aqueduct of Sylvius
സെറിബ്രോസ്പൈനൽ ദ്രാവകം
Cerebro Spinal Fluid
സിരാകോടരങ്ങൾ
Venous Sinuses
സംവേദനം
Sensation
സമ്മിശ്രനാഡികൾ
Mixed Nerves
സ്വീകരണികൾ
Receptors
സന്നി
Fits
സൈദ്ധാന്തിക ഭൗതികം
Theoretical Physics
സൃഷ്ടിവാദം
Creationism
ഹ്രസ്വാകാരഭാവം
Hyposchematia

റഫറൻസ്

1. Allan Ropper, Martin Samuels and Joshua Klein (2015). *Adams and Victor's Principles of Neurology* (10th Edition). McGraw-Hill Education, New York.
2. Carl Sagan (1979). *Broca's Brain: Reflections on the Romance of Science*. Ballantine Books, New York.
3. Ekbal.B.Dr. (e.d.) (1999). *Decade of the Brain*. Department of Neurosurgery, Medical College, Kottayam.
4. Henry Gray (2013). *Gray's Anatomy*: Classic Illustrated Edition (Fall River Classics). (15th Edition). Barnes & Noble Inc, New York.
5. Isaac Asimov (1994). Human Brain: its Capacities and Functions. Signet, New York.
6. Marschall S. Runge. (2015). *Neuroradiology: The Essentials with MR and CT*. Thieme Medical and Scientific Publisher, UK.
7. Michael Donaghy (e.d.)(2009). *Brain's Diseases of the Nervous System* (12th Edition). OUP Oxford, UK.
8. V.S. Ramachandran (2010). *The Tell Tale Brain: Unlocking the Mystery of Human Nature*. Random House, Noida.

9. ഇക്ബാൽ. ബി. (ഡോ) (2010). *തലവേദന*. സാഹിത്യപ്രവർത്തക സഹകരണസംഘം, കോട്ടയം.

10. ഇക്ബാൽ. ബി. (ഡോ) (2002). *ആലീസിന്റെ അത്ഭുതരോഗം: സാഹിത്യവും വൈദ്യശാസ്ത്രവും*. ഡി.സി. ബുക്സ്, കോട്ടയം.

11. പരമേശ്വരൻ സി.എൻ. (ഡോ) (2015). *മനുഷ്യശരീരം*. കേരള ശാസ്ത്രസാഹിത്യ പരിഷത്ത്, തൃശ്ശൂർ.

www.ingramcontent.com/pod-product-compliance
Lightning Source LLC
LaVergne TN
LVHW041121150826
845673LV00007B/2147

* 9 7 8 9 3 8 6 6 3 7 4 3 7 *